ஹைக்கூ ..கூ .கூ..கூ.

கவிதைகள் ...

இயலிசம்

Copyright © Eyalisam
All Rights Reserved.

This book has been published with all efforts taken to make the material error-free after the consent of the author. However, the author and the publisher do not assume and hereby disclaim any liability to any party for any loss, damage, or disruption caused by errors or omissions, whether such errors or omissions result from negligence, accident, or any other cause.

While every effort has been made to avoid any mistake or omission, this publication is being sold on the condition and understanding that neither the author nor the publishers or printers would be liable in any manner to any person by reason of any mistake or omission in this publication or for any action taken or omitted to be taken or advice rendered or accepted on the basis of this work. For any defect in printing or binding the publishers will be liable only to replace the defective copy by another copy of this work then available.

பொருளடக்கம்

அணிந்துரை

இந்தப் புத்தகத்தை ஏன் படிக்க வேண்டும்....? என்ற கேள்விக்கு எனது பதில் : உங்களுக்கு தமிழ் கவிதைகளை கோர்வையாக,எதுகை மோனை-யோடு,உவமை உருவகத்தோடு படிக்க பிடிக்குமென்றால்,இது உங்கள் ஏக்-கத்தை தீர்க்கும்.அதேநேரம் உங்கள் பொழுதை இனிமையாக மாற்றும்.ஒரு புதிய உத்வேக சக்தியை கொடுக்கும்.இது உறுதி.

முன்னுரை

நான் இயலி கண்ணன் B.Com.நான் இராமநாதபுரம் மாவட்டம் பரமக்குடி வட்டத்தில் புதுப்பட்டிணம் என்ற ஊரில் பிறந்தேன்.வளர்ந்தது கங்கைகொண்டான் என்ற கிராமம்.படித்தது செய்யது அம்மாள் மேல்நிலை பள்ளி இராமநாதபுரம்.கல்லூரிப் படிப்பு சிவகங்கை மன்னர் துரைசிங்கம் கல்லூரி .தற்போதைய வாழ்க்கை தனியார் துறையில் வேலை ஈரோடு . சிறுவயது முதலே கதைகள் வாசிப்பதில் மிகுந்த ஆர்வம் கொண்டவன்.எனது ஒன்பதாவது வயதில் நூலகத்தில் சேர்ந்தேன்.அன்றுமுதல் நூல்களே எனது நண்பர்கள் .சுஜாதாவும் ராஜேஷ்குமாரும் எனது கதையுலக பால்ய நண்பர்கள். நீண்ட நாட்களாக எனக்கு எழுதுவதைவிட படிப்பதையே ஆர்வமாக கொண்டிருந்தேன்.சென்ற வருடம் (2020 - மே) எனது வாழ்க்கையின் மறக்கமுடியாத மாதம்.எனது கதைகளுக்கு உயிர் வந்த காலம்.எனது படைப்புகளை பிரதிலிபியில் எழுத தொடங்கினேன்.பின் நாளில் அமேசான் கிண்டல்(S2H கண்ணன்) எனது கதைகளுக்கு உயிர் கொடுக்க இப்போது தொடங்கியிருக்கிறேன். எனது பாதைக்கு உங்கள் விரல்களை துணைக்கு அழைக்கிறேன்.வாழ்த்துங்கள் வளர்வோம்... வாலிபம் மறந்து வாழ்வோம். இப்படிக்கு இயலி (கண்ணன்) எனது இணையதளம் www.eyalisam.com

ஒவ்வொரு முறை
    பிறக்கும்போதும்
    பிள்ளையார் கரைக்கப்படுகிறார்..
களிமண்
    கரைந்து போகிறது•••
****

நாளை என்ற சொல்லை அழித்து விட்டால்
இது தான் நரகம்..
நாளை என்பதை அழியாமல் பார்த்துக் கொண்டால்
இது தான் சொர்க்கம்..
****

பூசாரியைக் காட்டிலும்
சாமியாரின் வயிறு நிரம்பித்தான் போகிறது..
கோவில் விசேசநாட்களில்....
****

இப்போதும் பசிக்கு
தன் மூச்சுக்காற்றைத் தான்...
விற்கிறான் அந்த
ஊதும்பை வியாபாரி..(பலூன்)
****

நான் இன்னும் எழுதிக்கொண்டு தான் இருக்கிறேன்..
உனக்குத்தான் தெரியவில்லை என்கிறது
என் உண்மை தீர்ந்த பேனா..
****

ஆசிரமம் கட்டிவைத்து
ஊருக்கொரு பள்ளியும் கட்டி
சேவைகள் மட்டுமே செய்வதாய்
நம்புகிறது..

கடவுள் பக்தி..
****

அந்த சாமியாரின்
ஆறுதல் வார்த்தைகளுக்குள் தான்
இன்னும் அடங்கியிருக்கிறது..
ஆன்மிக நம்பிக்கை..
****

பொட்டு வைத்து மாலையிட்டு
மாட்டுப் பொங்கலும் வைத்துவிட்டு கறிக்கடைக்கு வந்தார்
கடவுள்...
****

ஒவ்வொரு முறையும் கருப்பனைக்காப்பாற்ற
கழுத்தை அறுத்துக் கொள்கிறது
ஆடு..
****

வீதியெங்கும் திருவிழாக்கோலம்
வெறிச்சோடிப் போயிருந்தது
கறிக்கடைகள்....
****

புன்னகை தோற்கடிக்கப்படுகிறது.
தோற்றுப்போகிறது
வாழ்க்கை...
****

இப்போதும் சாலையோரம் கிடந்த
பொட்டலத்தைப் (பார்சல்) பிரித்த பின்னும்...உள்ளே
எதையோ தேடுகிறது..
நம் சந்தோசம் ...
****

காய்ந்து போய் கிடந்தது
சாலையோரத்தில் விவசாயியின் வயிறு
வீணாய் போன உணவு..

****

இப்போதும்
மூக்கைப் பிடித்துக்கொண்டு தான் வாழ்கின்றன
பொதுக்கழிப்பறைகள்..
****

வாசகரின் கற்பனைக்குள் தான்
புதைந்திருக்கின்றன.. நம் எழுத்தின்
அர்த்தங்கள்..
****

எதையும் கவர்ந்து செல்ல திட்டமிடாத காற்று தான்..
தென்றலாகிறது..
எல்லாவற்றையும் கவர்ந்து செல்லும் காற்றுத் தான்
புயலாக மாறுகிறது..
****

ஒவ்வொரு முறை
கீழே விழும் போதும்
தவணை முறையில் பதட்டமாகிறது
எனது அலைபேசி...
****

நீ ஏதோ ஒரு மூலையில் ஒளிந்து கொண்டு
என்னைப் பார்ப்பதாகவே சொல்கிறது..
நான் கழற்றி வைத்த எனது ஆடைகள்..
****

பல துணிக்கடைகளின் உரிமையாளரும்
ஒற்றைத் துணியோடு தான்..
உறங்கப் போகிறார்...
****

அந்த கடிகார ஓசை மட்டும்
என்னோடு பேசாதிருந்தால்..
நான் தனிமையை உணர்ந்திருப்பேன்..
****

அவள் நெற்றி விதவையானது
வியர்வையால்...
****

இது பிறந்தநாளா இறந்தநாளா
என்ற குழப்பத்தோடே கடக்கிறது
ஒவ்வொரு நாளும் நாட்காட்டிகளுக்கு...
****

வாய் தவறி அழைத்த
ஒவ்வொரு முறையும்
பதட்டமாகிறது
கை விரல்கள்..
****

பாதுகாவலராகவே மாறிப்போனது
அவள் நெற்றிக்கு..
குங்குமம்...
****

சாதி மறுப்புத் திருமணத்தில் கையெழுத்திட்டான்
மணமகன் இராமசாமி பிள்ளை என்று..
மத மறுப்பு திருமணத்தில் தாலி கட்டினான்
இராமன் பாத்திமாவிற்கு..
****

மாதத்தின் முதல் வாரத்தில் இயந்திரச்சத்தங்கள் இனிமையாவதும்...
இயந்திரச்சத்தங்கள் இனிமையாவதும்...
இறுதி நாட்களில் கொடுமையாவதும்...
இயல்பானது என்கிறது
சம்பளம் ..
****

தேவதை இப்போதும்
தெருச்சண்டையில் சாபம் கொடுத்துக்கொண்டு தான்
இருக்கிறாள். வரமாய் பிறந்த சில
தேவதைகளுக்கு...

****
பல முதலமைச்சர்களை தேர்ந்தெடுத்த
வாக்காளன்..
இப்போதும் அனாதையாகத்தான்
பிரச்சனைகளில்
நிற்கிறான்....
****

என்ன வேண்டுதலோ..
ஒவ்வொரு வருடமும்
மொட்டையடித்துக் கொள்கிறது..
அந்த
சாலையோர மரம்..
****

இரவைத்தேட
விழிகளை மூடிக்கொள்வான்
புத்திசாலி...
உறங்கும்போது....
****

எதையோ கிறுக்கிப்போகிறது..
அவள் விழி..
எதையோ புரிந்து கொள்ள
பின்னால் போகிறது..
என் வழி...
****

என்னைக் கடந்து போகிறாள்
அவள்..
எதையோ திருடிப்போனதாக
குற்றம் சாட்டுகிறது
விழி..
****

ஒரு கட்டிப்பிடி வைத்தியம்

செய்தான்..
அவன்
நான் வைத்தியசாலையானேன்..
ஒருமுறை கட்டிப்பிடித்து
வைத்தியம் செய்தான்..
அவன்..
நான் வைத்தியசாலை
தேடிப் போனேன்...
****

ஆண்பாலும் பெண்பாலும்
பெரும்பாலும்
ஆவின் பாலோடு தான்
பாலுணர்வு பாராட்டுகிறார்கள்....
அஃறிணை ஆ அங்கே
அம்மாவாகிறது..
****

இராதைகள் இப்போதும்
இரவுகளில் அழைக்கிறார்கள்..
பாவம்..
காசில்லாமல் கண்ணன்
இன்னும் புல்லாங்குழலைத்தான்
ஊதிக் கொண்டிருக்கிறான்..
****

உயிர் தீரும்வரை
உயில்
எழுதிவிட்டு
இறுதியாய்
முற்றுப்புள்ளி வைக்கிறது..
இதழோரமாய்
என்..பேனா..
அவன் வாசிக்க... நான் வசிக்க..

****

முறைத்துப் பார்க்கும்
கவிதைகளை
முடிச்சவிழ்த்து படித்துப் பார்க்கும்
ஆவலில் தான்
புதிய புடவைகள் தேடுகிறது
அவனை புடவைக்கடையில்
தேர்ந்தெடுக்க.... ..
****

விளக்கமாய் சிலகணம்
விரகப்டுகிறது..
மனம்
என் பாதச்சுவட்டோரம்...அவன் காலடி....
****

செப்புச்சிலை அற்புதங்கள்
விரல்களுக்கு உரிமையல்ல..
அவை
விழிகளுக்கு மட்டுமே என
உளி கொண்டு செதுக்கினான்
பிரம்மன்...
என் கண்ணோரம்...அவள் சிலையாய்..
****

முடிந்தவரை போராடித்தான்
பார்க்கிறது
மூச்சுக்காற்று அவளைத் தொட...
முகமூடி அணிந்து கொள்கிறது
என் காதல் பதட்டத்தில்..
****

நேற்றும்
இன்றும்
நாளையும்.. நிழற்படம்

உண்மையில் தான்..சிரித்தது..
ஒருநாள்..
****

பூக்களின் காம்பில் பால்
சுரக்கிறது..
குழந்தையாய் நிலம்
அதிலும் பசியாறுகிறது..
பசி ருசியறியாது..
****

தலையை சொறிகிறது
வானம்..
கூந்தல் கலைக்கிறாள்
அவள்..சில விண்மீன்கள்
விழுகின்றன..
****

பூச்சிகளும் புழுக்களும் சாப்பிடவும்
சில பழங்களை
படைக்கிறது
மரம்...
மனிதனுக்கு வயிற்றெரிச்சல்
மரம்
தவறு செய்கிறதாம்..
****

அழும் வானத்தை இரசிக்கிறாள்
தேவதை..
கண்ணீரை குடையால்
மறைக்கிறாள்..கடக்கிறாள்
என் காதல் பிழை..அவள்
காலடியில் சேர்கிறது...
****

நீ துவட்டிய

துண்டுக்குள்
குட்டித்தூக்கம் போடுகிறது..
என் குளியலறை கனவு..
****

வரிக்கு வரி
எச்சிலைத்தொட்டு எழுதுகிறது
நாக்கு..
எதிரில் காகிதமாய்
அவன்...
****

அத்தனை புகைப்படங்களிலும்
இறுதியாக மனசு
சிறைபடுவது..
நம் பள்ளிப்பருவ இறுதிநாள் புகைப்படத்தில்
காணும்
அவன் (ள்) முகத்தில்..
****

இலாப நட்ட
கணக்கு பார்க்காமல்
அனைத்தையும் காதலிக்கிறது..
என் பேனா..அதை நான்
உண்மை என் பேனா...
****

காலம் குறிவைத்து
எரிகிறது..மனங்களை நோக்கி
ஒரே கல்லில்
கடவுளும் மனிதனும் வீழ்ந்தார்கள்
காலடியில்....
****

தனித்து விடப்பட்ட
கட்டுமரம்

கரையைச் சேர்கிறது..
தன்னம்பிக்கை
கன்னம்மீது பேரலையடிக்கிறது.
தமிழகம் கவிழ்கிறது..
****

சுட்டு சுவைக்கிறது
இலங்கை கடற்படை..
கருவாடாகிப் போனான்
கரையில் தமிழன்..
காயப்போட்டது அரசு..
தமிழகம் விற்பனைக்கு..
****

காதலை
யாரோ ஒருவரிடம்
இப்போதும்
பிச்சையாக கேட்டுத்தான்..
வாங்குகிறது...
சிலரது இதயங்கள்...
****

ரோஜாக்களை ஏந்திக்கொண்டு
இருதயங்களை
பிச்சை கேட்கும் காதல் பைத்தியம்
எல்லோருக்கும் ஒருகாலத்தில்
வந்து விட்டுத்தான்
போகிறது...
ஆனால் சிலருக்கு
கடைசி வரை எதோ ஒரு
இருதய மூலையில்
வைத்தியத்திற்காக காத்திருக்கிறது..
****

ஆனந்தத்தை உடுத்தி

அழகு பார்க்கிறது புகைப்படம்..
அவள் புன்னகை
வண்ணமாக...
****

அவள் உடுப்புகளுக்குள்
ஒட்டிக்கொண்டு
சாயம் போகிறது..
புடவையின் கற்பனைகள்..
****

சரி செய்து
மடிப்பெடுத்து உடுத்திய புடவையில்
சரிந்து போகிறது..
நிலைக்கண்ணாடியின் பார்வைகள்..
****

இப்போதும் மானம்
பின்னைக் கொண்டு
மறைக்கப்படுகிறது..
நம்பிக்கை
மனதை தாங்கிப் பிடித்திருக்கிறது..
****

காற்றில் பறக்கிறது
துப்பட்டா..
மானத்தை பிடித்துக்கொண்டு
கதறுகிறது..
காற்று..
****

அவள் உடுத்திய புடவைகள்
இப்போதும்
பாதுகாக்கப்படுகிறது..
எனது நினைவகத்தில்
புகைப்படங்களாக..

****

அவளை உடுத்திக்கொண்டு
அழகு பார்க்கிறது..
புடவைக்கடை
கண்ணாடியில்..
****

அவள் உடுத்திக் கொண்டு
கண்ணாடியைப் பார்க்கிறாள்..
அழகு பார்க்கிறது
கண்ணாடி..
****

அவள் உடுத்த மறந்திருந்தால்
நான் என்றோ
உயிரற்று
போயிருப்பேன்..
புலம்புகிறது..
கண்ணாடி..
****

பல நேரங்களில்
எழுத்தை தின்று
ஏப்பம் விடுகிறது..
அவள் கவிதைகள்..
கண்கள்..
****

மாறிட..
உன்னால் மட்டும்
எப்படி முடிகிறது..என்
பகலுக்கு சூரியனாகவும்
இரவுக்கு வெண்ணிலாவாகவும்..
மாற்றிட..
உன்னால் மட்டும்

எப்படி முடிகிறது..
பகலை இருளாக்கவும்
இருளை ஒளியாக்கவும்..
அவள் புன்னகை..
****

பசி கொண்டு
உருட்டி மிரட்டி
பறித்துப் போகிறது..
உன் கண்கள்
என் காதல் கனிகளை..
கல்லெறி படாமலே...
நான் பழுத்து நிற்கிறேன்..
****

உன்னை மறந்து விட்டதாக
சொல்லிப் போனதாம்
என் உளறல்கள்..
நேற்றிரவு..
****

என் காதலை அடைகாக்க
பார்க்கிறது..
உன் முட்டை விழிகள்..
பிரசவ வலியில்
தாய்க்கோழி..
****

ஒவ்வொரு முறையும்
விக்கல்கள்
உன்னைத் தான்
தேடுகின்றன..
தண்ணீராக..
ஒவ்வொரு முறையும்
விரசங்கள்

உன்னைத்தான்
தேடுகின்றன..
கண்ணீராக...
****

எனக்குள் எதையோ
எழுதிவிட்டு
பிறகு கிழித்து
குப்பையில் போடுகிறது..
உன் கண்கள்
யதார்த்தமான ஒற்றைப் பார்வையில்..
பாவம் குப்பைத்தொட்டியாய்
மனம் பாரமாகிறது..
நீ கடந்து போகையில்..
****

நான் எதையோ
பார்ப்பதாக
மிரட்டி விரட்டுகிறது..
உன் விழிகள்..
நான் உன் விழிக்குள் தான்
என் வழியை தேடுகிறேன் என
அறியாமல்...
****

இந்த தெருவோரத்திற்கு மட்டுமே ஏனோ
தெய்வங்கள் வருவதில்லை..
அந்த நாய்க்குட்டிக்கு ஏனோ அது தெரியவில்லை..
வரம் கேட்டு கைகளை நீட்டுகிறது..
இட்லி ஊட்டுகிறாள்
அவள்...
****

இரவு
விழித்துக்கொள்கிறது

வீட்டு வாசலில்
நிலா...
****

இன்னும் அவளது
வெள்ளைப் புடவையைப் பார்த்து
பெருமூச்சு மட்டுமே விடுகின்றனர்...
சாலையோர காதலர்கள்...
****

விழாத பூக்களை
விழாக்கோலத்தில்
காணுமிடம்
அவள் கூந்தல்..
****

மல்லிகைப்பூவோடு கூந்தலை முன்னே தூக்கிப்போடுகிறேன்
மரணபயத்தில் கத்துகிறது இருதயம்...அவன் நினைப்பு..
****

கற்பனை
உசாராண நேரத்தில்
உறக்க கத்திச்சொன்னாலும்
காதல்..
காதைத்தாண்டி கேட்காது..
****

மூச்சு விட
மறந்து போகின்றன..
அவள் முத்தமிடுகையில்
மூக்குத்திகள்...
****

கழுத்தளவு விடமுண்டு
பிழைத்திருக்கிறான்..
கண்ணன்...
அவள் கண் பார்வை

தீண்டிச் செத்தான்...
சிவன்..
****

வெள்ளிக்கிழமை
புனிதமாகிப்போகிறது..
அந்த மூன்று நாட்கள்
முட்டாள்கள் தினமாகிறது..
****

மண்பானைக்குள்
நண்டுகள்
வளை செய்ய முயற்சிப்பதில்லை...
வெளியேறவே முயற்சிக்கின்றன..
மனிதாபிமானம் வெளியேறியது...
****

மாமிச கடைகளை திறந்து வைத்திருக்கும் மனிதன்..
இரத்த வங்கியை மூடியே வைத்திருக்கிறான்..
பசியில் கொசுக்கள்...
****

இரத்த வங்கிக்கு
வழி தெரியாத
என்னிடம் கடிந்து கொள்கின்றன...
உணவருந்துகிறேன்
சாலையோர கடையில்...
கொசுக்களோடு...
****

உறையிடப்பட்ட
உணவுப் பொட்டலங்கள்
அவளைப்போல
ருசியில்லை...
விளம்பரத்தில் நடிகை...
****

கோவிலுக்கு கிளம்புகிறேன்..
வாசலில்
பிச்சைக்காரன் பசியை
நம்மைப்பார்த்து கேட்கிறான்...
அதையே உள்ளே நான்
கல்லிடம் கேட்கிறேன்...
****

அன்னதானக்கூடங்கள்
பெரும்பாலும்
பசித்தவருக்கு
அனுமதியளிப்பதில்லை...
****

அன்னதானம் நடக்கிறது
பசி தவழ்ந்து கொண்டிருக்கிறது
சாலை ஓரத்தில்...
****

உணவை மண்ணில்
கொட்டுகிறோம்..
விவசாயி
புதைக்கப்படுகிறான்...
விவசாயி மண்ணாகிறான்
உணவு புழுவாகிறது
மண் மீது மனிதன்
புழுவாய் துடிக்கிறான்..
****

போகட்டும் விட்டு விடுங்கள்
மூச்சுக்காற்றை தூக்கிச்சுமக்காத
உடல்
நமக்கு தேவையில்லை...
மனிதனும்..உணர்வும்....
காற்றும்...உடலும்..

****

கோவில்கள் புதுப்பிக்கப்படுகிறது..
சாமியார் புனிதமாகிறார்...
****

அலாரம் அலறுகிறது
பகல் விழித்துக் கொள்கிறது..
கனவு தூங்குகிறது..
****

புத்தாடையில் அவள்
துணிக்கடை தெரிகிறது..
அவள் பேச்சில்..
****

வியர்க்காமல் வேலை செய்ய
கூச்சப்படுகிறான்
விவசாயி..
விளைநிலம் வியர்வையால்
பூக்கிறது...
மற்றவர் பூக்களின் வாசனையில்
வாழ்கின்றனர்...
****

குடத்திற்குள் ஏமாற்றத்தை
தூக்கிச் சுமக்கிறாள்
அவள்..
நாம் தண்ணீரை சுமந்து
செல்வதாக நினைத்து
வேடிக்கை பார்க்கிறோம்..
****

ஆரஞ்சு வண்ணத்தில்
உடையணிகிறாள்
அவள்..
நான் வானவில்லை

காண்கிறேன்..
****

அறுபது வயது ஆனாலும்
அண்ணன்
அம்மாவாகத்தான் தெரிகிறான்..
தம்பிகளுக்கு
வயசாவதில்லை....
..
****

உங்களை நான்
தேடுகிறேன்..
நாளை என்னை
நீங்கள் தேடாமலிருக்க...
என்னை நானே
தேடுகிறேன்.. நீங்கள்
என்னை தொலைக்காதிருங்கள்...
..இயலிசம்
எதையோ எழுதிவிட்டு
ஏமாற்ற போராடுகிறேன்..
ஏட்டைப் பார்த்து சிரிக்கிறது..
கவிதை...
...
இரவைக்கொல்ல
கத்தியை தேடவில்லை..
கண்களை மட்டுமே
மூடிக்கொண்டேன்..
இரவு செத்துப் போனது..
காலையில் தெரிந்தது.
****

கோப்பை இதழ் குடிக்கிறது..
காலியாகிறது மனசு..

அவள் விரல்களுக்குள்
என் குழம்பியகம்...
****

நிலவு தூங்கவும்
தாலாட்டுப் பாடுகிறாள் அவள்..
இரவு தூக்கம் தொலைக்கிறது...
குறட்டை சத்தமும் தாலாட்டாகிறது..
எனக்கு..
****

அவள் சிரிக்க
இன்றிரவு தாமதமாக
வருகிறது
பௌர்ணமி நிலவு..
ஏனோ சந்தேகத்தின் உச்சியில்
வானம்...
பூமி பிரகாசமாகிறது..
****

குட்டைக்குள்
விழுந்த நிலவைப் பார்த்து
வெட்கத்தில் மேகங்கள்..
அவள்
குளிக்கிறாளோ....
****

எதுகை மோனை கலைந்து
கலவுகிறது விரல்கள்
காகிதங்களோடு....
கட்டிப் புரளுகிறது..
கவிதை..
****

கவிதைகள் ஆழ்ந்து
உறங்குகிறது..

பாவம் கொசுக்கள்
வாசிக்க சிரமப்படுகிறது..
அவள் இரவின் பிடியில்
போர்வைக்குள்..
****

உயிர் கொடுக்க ஆசைப்படுகிறது
உளிகள்
இப்போதும்..
பாறைகளுக்குள் மறைவாகத் தான்
உறங்குகின்றன.
அழகுச் சிலைகள்..
****

விடிய விடிய விழித்துக்கொண்டு
இருக்கிறது
தெருவிளக்கு...
அவர்கள் உறங்குகிறார்கள்
வீட்டுக்குள்
பயத்தை அணைத்தபடி...
****

நான்
பேனாவை தூக்கிக்கொண்டு
உறங்கப்போகிறேன்..
ஆழ்ந்த தூக்கத்தில்
குறட்டை விடுகிறது..என் பேனா..
உறக்கம் தொலைக்கிறது
கவிதைகள்
****

நான் சந்தாதாரர்
ஆனேன்..
இதழ் இருக்கிறது..
அவள் பதிப்பகத்தில்..

எப்போது பிரதி கிடைக்கும்..
****

நீ எதைக்கேட்டு வருகிறாய்
எனத் தெரியாமலேயே
நான் என்னை தரத் தயாராகிறேன்..
நீ என்னை கேட்டு
வருவதாயிருந்தால்
நான் ஏழு பிறவியையும் தருகிறேன்...
நீ ஏதோ சொல்ல வருகிறாய்
நான் என்னை கேட்டுப் பெறுகிறேன்..
நீ என்ன சொல்ல வந்தாயோ..
நான் என்னையே கேட்டுப் பெற
விரைகிறேன்..
****

என் சொற்களை உன் காதணிந்து கொள்கிறது..
காதணியாகிறது
என் கவிதை...
****

சாலை விதிகள் தெரியாமல்
சாகிறது..
என் கவனம்..
முட்டி மோதி...மூச்சுவிட
சிரமப்படுகிறது..
என் மனசு...
பின்னிருக்கையில்..நீ..
****

முடிவுகள் எப்போதும்
தொடக்கத்தை விட
கடினமானதாகவே இருக்கும்..
பாறையை உடைக்கிறோம்..
சிறு கல் காலைத்தைக்கிறது..

மலையைக் குடைகிறோம்
சிறு மண் துகள் கண்ணீரை வரவைக்கிறது...
அழுது கொண்டே பிறக்கிறோம்
பிறர் அழுக மறைகிறோம்..
போகட்டும் விடு
இன்னும் எத்தனை தூரம்
பறக்கட்டும் பட்டாம்பூச்சி...
சிறகின் வலியை விட
ஏமாற்றத்தின் வலி
பெரிதில்லை...
****

மனசு சிலுவையை
சுமக்கிறது..
சிலுவை பசிக்கு சுமையாகிறது
****

இன்றைய நாளில்
சிலைகளையும் சிலுவைகளையும்
கடவுள்கள் தூக்கிச் சுமப்பதில்லை..இன்றைய நாளில்..
****

ஒவ்வொரு இரவும்
விடிகையில் விதவையாகிறது
அவள் கோலம் வெள்ளையாய்...
****

சுதந்திரம் வாங்கித் தந்தார்கள்
யாரிடம் என்பதைத்தான்
தேடுகிறது
சுதந்திரம் தினம்...
****

இன்னும்
பசியைப் போக்க
வெறும் வயிற்றோடு தான்

வேலைக்குச் செல்கிறான்
விவசாயி..
****

கதவுகளைத் திறந்து வைத்துவிட்டு
வணக்கம் சொல்கிறான்
காவலாளி
திருடனுக்கு..
****

இரவும் பகலும்
போட்டி போட்டு வெளுக்கிறது
சாயமேற்றிய தலைமுடியை
ஒருநாள் தலை வெறுமையாகிறது..
****

புதைத்து வைத்த மயிலிறகை
புதையலைப்போல சுமக்கிறது
நம் நினைவுகள்..
...
காணாமல் போன
காதலனை இரவுக்குள் தேடுகிறதாம்
நிலவு..
****

பறவைகள் பதறி அழும்
ஒவ்வொரு வேளையும்
சமாதானம் செய்ய
விடிகிறது
கிழக்கு..
****

உலகம் உளறல்களையும் இரசிக்கிறது..
சில மேடைகளில்..
****

அவள் கொணர்ந்த பூக்கள்

சாமியின் பாதத்தில் கிடக்கிறது..அவளோ கடவுள்களை தூக்கி சுமக்கி–
றாள்

விற்பனைக்கு..
****

உருண்டு புரண்டும்

ஒன்றும் ஒட்டவில்லை..

அந்த மார்பிள் தரை கோவில்களில்...
****

மாசக்கணக்கில் காத்திருந்தும் உண்டியல்கள் நிறையவில்லை..

கவலையில் சில்லறை தட்டுக்கள்..
****

கோபுரத்தில்

உயரத்தில் சிலைகள் இருந்தாலும்

பூசைகள் ஏனோ

இருட்டு அறைக்குத் தான்..
****

சிலநேரம் கோவில் கருவறைகளை கடந்து செல்கிறது..சில

குருக்களின் கசகசப்பான பொங்கல்கள்..
****

தாடி உடுத்திய உடை

இப்போதும் ஏலத்தில்..

வாசனை தூக்கலாக..
****

பலமான

நமது நம்பிக்கையின் மீது

கல்லெறிகிறது

கோவில் கருவறைகள்..

....

தற்கொலைகளையும் பக்தி என

நம்பவைத்தார்

கடவுள்....

****

ஆயிரம் வடை மாலைகளை பூட்டிக்கொண்டு
பசியைப் போக்குவது தான்
பக்தி..
...
கன்றைப் பசியாக்கி
பாலில் குளிப்பது தான்
பயபக்தி..
....
ஒளிந்திருந்து அம்பெய்து
குரங்கைக் கொல்வதும்
போர் தந்திரம்..
****

கடல் கடந்து பறந்து போன
குரங்கு அடிமையானது
மனிதனிடம்..
****

பறந்து வந்து தூக்கிச்சென்றவன்
அரக்கன்..
நடந்தவை தெரிந்தும் தீயிலிட்டவன்
கடவுள்..
****

தனது வாசகர்களை திருடிக்கொண்டதாக
அழுகிறது
ஒரு கவிதை..
....
மண்ணுக்குள் புதைந்திருக்கும்
வைரங்கள் யாவும்
அவள் கண்ணீராய்
இருக்கலாம்
என்கிறது

காதல்..

....

செருப்பில் ஒட்டிக்கொண்ட

சாணத்திற்கே

வாந்தி எடுத்த தாத்தா தான்..

சிறுநீர் தீர்த்தம் என்கிறார்

வேதபாட சாலையில்....

....

ஊரைத் தூங்க வைக்க

கச்சேரி நடத்துகின்றன.

இரவுப் பூச்சிகள்..

குறட்டைச் சத்தம் பாராட்டுகிறது..

....

கழுவாத பாத்திரங்கள் பற்றிய

கவலை

அம்மாவின் பசிக்குள்

அடங்கிப்போகிறது..

...

ஏழைப்பேரன்

வீதிக்கு வீதி

ஊருக்கு ஊர்

தோரணங்கள் கட்டி

பிறந்தநாள் கொண்டாடினான்

செத்துப்போன தாத்தாவிற்கு..

அரசாங்க பணத்தில்....

....

பத்து ரூபாய் கடன் கேட்கும்

நம் தலையை

இலட்சம் கோடி ரூபாய்

கடனுக்கு அடமானமாக பெற்றது

அயல்நாட்டு சாதனை...

...
விடிய விடிய விழித்திருந்து
அதிகாலை வெயிலில்
கருப்பு கண்ணாடியை அணிந்தான்
புதுப்பணக்காரன்..
****

அவமானத்திலும்
ஏன்
அவ மானம் போகிறது..
என கேட்காதது தான்
ஆணாதிக்கம்..
இதற்கு மறுபெயருண்டா...
****

சாப்பாட்டு அரிசியை தலையில்
போட்டுக்கொண்டு
தாலி கட்டுவது தான்
சடங்கு என்றால்...
அதில் கலந்திருக்கும்
விவசாயின் கண்ணீரை ஏன்
நம்   விரல்களால்   உணரமுடிய-
வில்லை*****************************
நம் தலையில் பட்டு தரையில்
வீணாகும் வியர்வை (அரிசி)
விவசாயியின் இரத்தம் அல்லவா..
அதை ஏன் நாம்
இன்னும் அனுமதிக்கிறோம்..
பதிலிருக்கிறதா...தமிழரிடம்...
குறைந்த பட்சம்
நாம் தமிழரிடம்...
****

இருக கட்டிக் கொண்டது

இருளும் அகலும்...
ஆங்காங்கே நிழல் தேங்கிக்கிடக்கிறது..
இருக கட்டிக் கொண்டது
மரமும் பகலும்
ஆங்காங்கே ஒளி
தயங்கிக் கிடக்கிறது..
இருக்கக் கட்டிக்கொண்டது
அவனும் அவளும்
காதல் விரல்களுக்குள்
இமை இருட்டை
சுமந்து சிரிக்கிறது..
இருக கட்டிக் கொண்டது
இருவர் விரலும்
உலகம் இவர்களை இரசிக்க
ஆயத்தமாகிறது.
****

அந்த
சிறு நீரில் கூட
சில பூச்சிகளும் புழுக்களும் வாழ்கிறதாம்..அந்த
கருணையில்
ஒரு குவளையாவது எனக்குத்தாயேன்..
நானும் ஒரு
தேவதையிடம் வரம்
கேட்டேன்..
****

நாளைய பசிக்காக
நத்தைக்கூட்டில்
மழைநீர்
அழகாக சேமிக்கிறது..
சிறு பூச்சிகள்..
****

சிரமம் பாராமல் தூங்கிவிடு
நான் மூச்சை இழுத்து
விடுவதும் கூட
உனக்கு
தொந்தரவாக இருக்கலாம்..
என் மனதிற்குள் நீ..
****

ஆழ்ந்த உறக்கத்தில் வந்த
உளறல்கள் தான்
உன் மீதான
காதலை காட்டிக்கொடுத்தது
என் அம்மாவிடம்....
...
கண்ணாடியில் முகம்
பார்த்து
எத்தனை முறை
ஒப்பனை செய்தாலும்..
உன் முன்னாடி மட்டுமே
நான் அழகாய் தெரிகிறேன்..
....
அசதியின் விரகம்
தலையணையை
விரலோடு அணைக்கிறது..
கனவுகள் நம்மை
கட்டியணைத்துக்கொள்கிறது..
நமது முத்தச் சத்தம்
குறட்டையாகிறது..
உறக்கம் தொலைக்கிறது
இரவு..
****

கட்டியணைத்து

முத்தமிட்டு
எழுதினேன்
காகிதம் பிறந்தது
கவிதையோடு.
பேனா தந்தையானது*************************
****

வெள்ளைத்தாடிகள்
மன்றத்தில்
மறந்து போனது
இளைஞர் நலன்...
ஞாபகமறதி வாக்காளனுக்கு....

....

சுகருக்கு மாத்திரை
போட்டுக்கொண்டு சட்டமன்றம் போனார்
விவசாயத்துறை அமைச்சர்
கரும்புக்கு நல்லவிலை நிர்ணயிக்க..

....

தனது சட்டையை கழற்றி வைத்துவிட்டு
காற்று வீசுகிறது
மின்விசிறி..
எனக்கு குளிர்கிறது..
****

பானையில் குறைவாக
உள்ள போதிலும்..
நாம் போதும் என்று
சொல்லும் ஒவ்வொரு முறையும்
இன்னும் கொஞ்சம்
சாப்பிடு என மீதம் இருப்பதையும்
தட்டில் கொட்டினாள்
அம்மா...
பாவம் அவள் வயிறு

பாசத்தால்
பசியை மறந்து போனது....
****

கதவைத்திறந்து வைத்துவிட்டு
அனுமதிக்கு
காத்திருப்பது
நம் பிள்ளைகளின் காதல்..
நம் பாசம் பரிசீலனையில் பதட்டமாகிறது..
****

கதவோரம் நின்று கொண்டு
அவள்
என்னைப் பார்க்கிறாள்
எனக்கு கூண்டுக்கிளி
நினைவுக்கு வருகிறது..
அவளோ விழியால்
இந்த
உலகத்திற்குள்
வா என்கிறாள்...
பாசம் அவளை சிறைவைத்திருக்கிறது...
****

இன்னும்
எத்தனை காலம்
என்னையே கழுத்தில் போட்டிருப்பாய்
கழுத்தைக் கடிக்கிறது
அறுந்து போன பாசி...
முதிர்கன்னி முடிந்தவரை பணத்தை சேமிக்கிறாள்
கல்யாண சந்தையில்
புதிய பாசி வாங்க...
****

இன்று ஒரு நாள் மட்டும்
சாலையில் நடந்து வருகிறேன்..

ஒப்பாரி வைக்கிறது
வெயில்..
வேதனையில்..
****

உட்காரும் இடம்
ஆக்கிரமிக்கப்பட்டு இருக்கிறது
ஆள் பற்றாக்குறை
பேருந்து நிறுத்தத்தில்..
****

இப்போதும்
தலையை சொறிந்து கொண்டிருக்கிறது சிலரது நம்பிக்கை
முடிவுகளை கிளறிக்கொண்டு..
****

நேரத்தை விரையம் ஆக்குகிறது
சில மின்விசிறிகள்
காலத்திற்கு வியர்க்கிறது..
****

களைப்பு தீர
இருக்கையில் அமர்ந்தேன் களைப்படைந்தது
இருக்கை கால் வலியோடு...
....
உயிரற்ற இயந்திரங்கள்
பல உயிர்களை காப்பது தான்
பசி..
****

இப்போதும் கண்காணித்துக் கொண்டுதான் இருக்கிறது முதலாளியின்
கண்கள்
வேலை செய்யும்
மனித இயந்திரங்களை..
****

கருத்துக்களை சொல்லுங்கள் என கத்துகிறது

முதலாளியின் செவிட்டு காதுகள்..
****

அழைபேசியைக் கொல்ல விசம் கேட்டு
வந்தது
காதணிகள்
கடைத்தெருவிற்கு..
****

சரிந்து விழுகிறது
பார்வைகள்
அவள்
தோளிலிருந்து மாராப்பு...

...

திரும்பத்திரும்ப பார்த்தும்
திரும்பிப்பார்க்காத
காதல் படங்கள் தான்
வெற்றி பெறுகின்றன..
அவள் பார்வையைப் போல..
****

தலையாட்டிக்கொண்டே
பாடலை இரசிக்கிறாள்
பாடல்
அடிமையாகிறது..
அவள் காதணி இசைவுக்கு...

....

ஆளில்லாத இடத்திலும்
துப்பட்டாவை
பிடித்துக்கொண்டு தான்
குனிகிறது
பெண்களின் சுதந்திரம்..

....

சில முககவசங்கள்

இப்போதும்
பல பெற்றோரின்
மானத்தை காக்கத் தான்
போராடுகின்றன..
தெரு வீதிகளில்
அந்த காதலர்களின் முகத்தில்
ஒட்டிக்கொண்டு****************************
....
கட்டிப்பிடித்துக்கொண்டு
பயணிக்கிறது
காதல்
ஏதோ ஒரு நம்பிக்கையில்
சாலையில் வாகனங்களில்..
சிக்னல் மட்டுமே
மாறிக் கொண்டிருக்கிறது..
****

சாலைகள்
பூ வைத்துக் கொள்ள
ஒருவர் சாகத்தான் வேண்டும் என்பதுதான் விதி..
விதவை கோலத்தில்
அவள்...
....
****

ஒவ்வொரு தவறையும்
திருத்திக் கொண்டே
வருகிறோம்..
இறுதிப்பிழையை
வாழ்க்கை
நிர்ணயிக்கிறது..
****

காற்றை மேகம் துரத்திக்கொண்டு

ஓடுகிறது..
வானம்
அம்மணமாகிறது..
கண்ணன் இருளாக வருகிறான்..
நம்பிக்கை கொடுக்க
அந்த நேரம்..அந்திநேரம்
****

சாலையில்
வேகத்தில் வாகனங்கள்
எச்சரிக்கிறது..
காலம்
உன் வாழ்க்கை..உன் கையில்..
****

சாப்பாட்டோடு
இலையில் வழிந்து
ஒழுகுகிறது...பயம்..
பணப்பையில் ஓட்டை...
****

விரைவில்
புதியபட அறிவிப்பு
பிரசுரங்கள்
பசியில் கத்துகின்றன..அந்த
சுவற்றின் ஓரம்
வருகிறது
கழுதை**************************
****

வாய்தா
வாங்கியது வாழ்க்கை
நீதிபதிக்கு மாரடைப்பு....
....
மெல்ல சாகிறது

இயந்திரங்கள்..
தற்கொலை செய்து கொண்டது
மின்சாரம்..

....
இதுவும்
கவிதை தான்
என்கிறது காற்று..
அவள் பாதச்சுவடுகளில்
உதிர்ந்த பூக்கள்..
****

முட்டாள் நத்தைகள்
வீட்டை தூக்கி சுமக்கிறது..
அறிவாளி மனிதன்
உடலை மட்டுமே
சுமக்கிறான்...
இலவசம் இறந்து போகிறது..
****

பதிப்பிக்கப்படாத புத்தகங்கள்
எழுதப்படாமலேயே
இருக்க வாய்ப்பில்லை..
எழுத்து பாதிப்பாககூட
இருக்கலாம்...
****

சட்டைப் பைக்குள்
பசி..
மனம்
தடவிப் பார்க்கின்றது..
சட்டைக்குப் பசி
மானம்
உண்ணப்படுகின்றது..
****

அவிழ்ந்தே விழுந்தாலும்*****************************
கோவணங்கள்
அவமானமில்லை..
அழகிப் போட்டியில்..
அவை தரணியை அழகாக்குகின்றன.
இன்னும் எங்கள்
அழகிப் போட்டிகள்
கழனியில் நடத்தப்படுகின்றன....
****

காலம் குறிவைத்து
எரிகிறது..மனங்களை நோக்கி
ஒரே கல்லில்
கடவுளும் மனிதனும் வீழ்ந்தார்கள்
காலடியில்....
#கொரோனா
****

தனித்து விடப்பட்ட
கட்டுமரம்
கரையைச் சேர்கிறது..
தன்னம்பிக்கை
கன்னம்மீது பேரலையயடிக்கிறது.
தமிழகம் கவிழ்கிறது..
#தமிழகஅரசியல்
****

சுட்டு சுவைக்கிறது
இலங்கை கடற்படை..
கருவாடாகிப் போனான்
கரையில் தமிழன்..
காயப்போட்டது அரசு..
தமிழக கருவாடு விற்பனைக்கு..
****

நான்
எதையோ எழுதுகிறேன்..
என்னை வாசிக்கிறது
உலகம்...
****

தாடையை மெல்ல
தடவிக்
கொள்கிறேன்..
தாடிக்குள் அவள் நினைப்பு..
புண்ணாகிறது...

....
வகிடுக்குள்
பயணிக்கிறது..
கண்கள்..
தடை போடுகிறது..
சிகப்பு விளக்கு..
அவள் நடுநெற்றியில்..
#குங்குமம்
****

ஒவ்வொரு தேர்தலிலும்
சின்னங்கள் வெற்றி பெறுகின்றன..
தேர்தல்
அவமானச் சின்னமாகிறது..
ஒவ்வொரு தேர்தலிலும்
நோட்டா
ஓட்டு வாங்குகிறது..
அது நோட்டு
வாங்குவதில்லை...
****

தட்டில் சாப்பாடு மூக்கை நிறைக்கிறது..
பசி..

கையில் சாப்பாடு மனதை பிசைகிறது
பசி...
நாக்கில் சாப்பாடு தட்டில் நிறைகிறது
பசி..
வயிற்றுக்குள் சாப்பாடு வாழ்க்கை முடிக்கிறது
பசி..

...
வெள்ளையனிடம் இருந்து பிடிங்கி
கொள்ளையனிடம் கொடுக்கப்பட்டது
சுதந்திரம்..
கோட்சே சுட்டுக்கொல்லப்பட்டார்
என்கிறது
சமூகநீதி...
****

வடுவை மறைக்கப் பார்க்கிறது..
தாடையில்
அவள் நினைவாய்
முககவசம்..
****

எரிபொருள் சிக்கனத்தின் முதல்படி
விலையேற்றம் என்றது
மக்களாட்சி....
மன்னர்கள் வேடிக்கை பார்த்தார்கள்...

....
கொடிக்கயிற்றில் துணிகள்
கெட்டியாக பிடித்திருக்கிறது
காற்றின்
நம்பிக்கை...
****

கொடியில் அவன் உடை
காய்ந்திருக்கிறது...

பிரிவை நோக்கி
வெயில்...
****

மாதத் தவணையில் வாங்கிய
மகிழ்வுந்து
அழகாக மூடி வைக்கப்பட்டுள்ளது..
மகிழ்ச்சி மூடிவைக்கப்படுகிறது..
வீட்டுக்குள்...
****

நான்
வியந்த படைப்பாளர்..
உன் அம்மா..
நான்
வியந்த படைப்பு
நீ..
****

உன் முகத்தை
அலைபேசியில் சேகரிக்கிறேன்..
வெட்கப்படுகிறது
நினைவகம்..
****

உன் முகத்தில்
குவிகிறது..
என் கவனம்..
கத்துகிறது
என் கண்கள்...
இருதயத்திற்கு ஆபத்தென்று...
....

குவிந்த வரிகளுக்குள்
நான் எதைத்தேடி
எழுத..

கோடிட்ட இடங்களாய்
கவிதைகள்...
****

இந்த இதழில்
எனது கவிதைகளை
பதிப்பிக்க
அனுமதி தாருங்களேன்...
வரிகள் வாய்ப்பு கேட்டு
விரலை நச்சரிக்கின்றது..
....
இந்த
இதழில்
நான் ஆயுள் சந்தாதாரராகிட
என்னுயிரையே
தருகிறேன்...
கட்டணமாக..
....
உன் வார்த்தையால்
கடிந்தாவது
என்னைக் கொன்றுவிடு..
இதழ்கள் கெஞ்சுகிறது..
****

முறைத்துப் பார்க்கும்
மூக்கை
சமாதானம் செய்யவாவது
ஒரு முத்தமிட்டு
போ...
இருதயத்தில் நிலநடுக்கம்...
****

என்ன சுகத்தைத் தந்துவிடப் போகிறது..
நம் மூச்சுக்காற்று தீண்டாத

பார்வைகள்..
நானோ தலையாட்டுகிறேன்..
நீயோ புரிந்து கொள்கிறாய்..
காற்று மரங்களை தழுவுகின்றது.
மழை மண்ணை அணைக்கிறது..
மனசு குளிர்கிறது..இது
கார்கால காதல்...நம்
வானிலையில் மாற்றம்....
****

மேனி துளைத்த காற்று
மேடையில் அழகாகிறது..
அவள் உடல் துளைத்த
துளைகள்...விரலால் மூடப்படுகிறது..
மூச்சுக்காற்று...
காதுகளில் நிறைகிறது.
உணர்வுக்குழல் ஊதுகிறது****************************
****

இன்னும் எத்தனை தூரமோ
இவன் விழி கடக்கட்டும்
விரல் மட்டும் விதிமீறி....
இடைக்குள் விலங்கிட்டு கிடக்கட்டும்..
இருள் சூழ்கிறது..இமைக்குள்..
இவன் நுழைந்து தேடட்டும்...
இவனும் என்னை கண்டறிவானா..
இடைக்குள் நோவு... தொடரட்டும்..
இன்னும் எத்தனை காலமோ
இதழ் மட்டுமே பதிக்கப்படுகிறது
இமை வழியே இதம் கடந்து
இரவுகள் மட்டுமே
இணையாய் இருக்கிறது..
இன்னும் எத்தனை போதையோ

இருப்பிருக்கும்வரை இனிக்கட்டும்
எறும்புகள் தேடிவரும் காலம்
நாளை வரை நடக்கட்டும்..
நான் தொலைந்த இரவுகளை
நிலவைக்கொண்டு தேடட்டும்..
நிலா வரா நேரத்தில்
என் மூச்சு நின்று போகட்டும்...
நான் துயில்கிறேன்.. கலைகிறது
தூக்கம்..
நான் தூரமாகிறேன்..
அடி வயிற்றுக்குள் ஏக்கம்...
நான் அணைக்கிறேன்.. அழுகிறது
விரல்கள்..
அவன் முடிக்கிறான்..அமாவாசையாய்
என் விதிகள்...
****

இவன் கடந்த பாதையை கண்ணால் நக்கிப் பாருங்கள்..
நாக்கு இனித்தால்
இன்னும் நாலு வார்த்தை துப்புங்கள்..
நாற்றம் மணல் நிறைத்து
மண்மேடு மடியும் வரை
தூற்றுங்கள்..காற்றில்
ஏதேனும் பறந்து போகலாம்..
ஏதேனும் அடியில் தங்கலாம்...
நல்லதை தேடுங்கள்.. இன்னும்
நால்வரும் நாளை இதையே தொடருங்கள்...
நான் கூடிழந்த குருவி
குற்றாலம் காணாத காட்டருவி
நான் குடிசையிழந்த உயிர்
குரும்பாடு காணாத பயிர்..
குறையுள்ள குதிர்..

அதிகாலை காணா கதிர்..
இது பயிற்சிக்கூடம்
இன்னும்
பசிக்கிறது..உயிர் முயற்சிக்க கூடும்..
இது இயலியின் காலம்*****************************
உளி கொண்டு துளைக்க
தும்பிக்கை தூக்கி வருமோ மரம்..
யானை கவி தூக்கி சுமக்க ஆகுமோ
கழுதை தின்னாத காகிதபரல்கள்
பாதையில் கிடக்கலாம்..
பாதம் நோகாது பதனமாய் நாமும் கடக்கலாம்...
இப்போதும் போதையில்
நாமும் நடிக்கலாம்...நாளை
நால்வருக்கும் விடியும்..அது
எனக்கும் நடக்கலாம்...விடியல்
விரக்தியை கொன்று புதைக்கலாம்..
விடை கிடைக்கலாம்..
விதி முடிக்கலாம்....
யாரறிவாரோ...எம் தமிழே...
****

காலம் குறிவைத்து
எரிகிறது..மனங்களை நோக்கி
ஒரே கல்லில்
கடவுளும் மனிதனும் வீழ்ந்தார்கள்
காலடியில்....
#கொரோனா
****

தனித்து விடப்பட்ட
கட்டுமரம்
கரையைச் சேர்கிறது..
தன்னம்பிக்கை

கன்னம்மீது பேரலையடிக்கிறது.
தமிழகம் கவிழ்கிறது..
#தமிழக அரசியல்
****

சுட்டு சுவைக்கிறது
இலங்கை கடற்படை..
கருவாடாகிப் போனான்
கரையில் தமிழன்..
காயப்போட்டது அரசு..
தமிழகம் விற்பனைக்கு..
****

காதலை
யாரோ ஒருவரிடம்
இப்போதும்
பிச்சையாக கேட்டுத்தான்..
வாங்குகிறது...
சிலரது இதயங்கள்...
#ஒருதலைகாதல்
****

ரோஜாக்களை ஏந்திக்கொண்டு
இருதயங்களை
பிச்சை கேட்கும் காதல் பைத்தியம்
எல்லோருக்கும் ஒருகாலத்தில்
வந்து விட்டுத்தான்
போகிறது...
ஆனால் சிலருக்கு
கடைசி வரை எதோ ஒரு
இருதய மூலையில்
வைத்தியத்திற்காக காத்திருக்கிறது..
****

ஆனந்தத்தை உடுத்தி

அழகு பார்க்கிறது புகைப்படம்..
அவள் புன்னகை
வண்ணமாக...
****

அவள் உடுப்புகளுக்குள்
ஒட்டிக்கொண்டு
சாயம் போகிறது..
புடவையின் கற்பனைகள்..
****

சரி செய்து
மடிப்பெடுத்து உடுத்திய புடவையில்
சரிந்து போகிறது..
நிலைக்கண்ணாடியின் பார்வைகள்..
****

இப்போதும் மானம்
பின்னைக் கொண்டு
மறைக்கப்படுகிறது..
நம்பிக்கை
மனதை தாங்கிப் பிடித்திருக்கிறது..
****

காற்றில் பறக்கிறது
துப்பட்டா..
மானத்தை பிடித்துக்கொண்டு
கதறுகிறது..
காற்று..
****

அவள் உடுத்திய புடவைகள்
இப்போதும்
பாதுகாக்கப்படுகிறது..
எனது நினைவகத்தில்
புகைப்படங்களாக..

****

அவளை உடுத்திக்கொண்டு
அழகு பார்க்கிறது..
புடவைக்கடை
கண்ணாடியில்..
****

அவள் உடுத்திக் கொண்டு
கண்ணாடியைப் பார்க்கிறாள்..
அழகு பார்க்கிறது
கண்ணாடி..
****

அவள் உடுத்த மறந்திருந்தால்
நான் என்றோ
உயிரற்று
போயிருப்பேன்..
புலம்புகிறது..
கண்ணாடி..
..இயலிசம்..
பல நேரங்களில்
எழுத்தை தின்று
ஏப்பம் விடுகிறது..
அவள் கவிதைகள்..
கண்கள்..
....
மாறிட..
உன்னால் மட்டும்
எப்படி முடிகிறது..என்
பகலுக்கு சூரியனாகவும்
இரவுக்கு வெண்ணிலாவாகவும்..
மாற்றிட..
உன்னால் மட்டும்

எப்படி முடிகிறது..
பகலை இருளாக்கவும்
இருளை ஒளியாக்கவும்..
அவள் புன்னகை..
****

பசி கொண்டு
உருட்டி மிரட்டி
பறித்துப் போகிறது..
உன் கண்கள்
என் காதல் கனிகளை..
கல்லெறி படாமலே...
நான் பழுத்து நிற்கிறேன்..
****

உன்னை மறந்து விட்டதாக
சொல்லிப் போனதாம்
என் உளறல்கள்..
நேற்றிரவு..
****

என் காதலை அடைகாக்க
பார்க்கிறது..
உன் முட்டை விழிகள்..
பிரசவ வலியில்
தாய்க்கோழி..
****

ஒவ்வொரு முறையும்
விக்கல்கள்
உன்னைத் தான்
தேடுகின்றன..
தண்ணீராக..
ஒவ்வொரு முறையும்
விரசங்கள்

உன்னைத்தான்
தேடுகின்றன..
கண்ணீராக...
****

எனக்குள் எதையோ
எழுதிவிட்டு
பிறகு கிழித்து
குப்பையில் போடுகிறது..
உன் கண்கள்
யதார்த்தமான ஒற்றைப் பார்வையில்..
பாவம் குப்பைத்தொட்டியாய்
மனம் பாரமாகிறது..
நீ கடந்து போகையில்..
....
நான் எதையோ
பார்ப்பதாக
மிரட்டி விரட்டுகிறது..
உன் விழிகள்..
நான் உன் விழிக்குள் தான்
என் வழியை தேடுகிறேன் என
அறியாமல்...
****

மனசு கொசுவுக்குப் பயந்து கொண்டும்
மறைக்கப்படுகிறது..
இரவில் காற்றின் பார்வைகள்.
இறக்கம் தேடுகிறது..
****

மூச்சு விட்டு தூங்குகிறது
இரவு..
உள்ளேயும் வெளியேயும்
அவள் நினைவு

வந்து வந்து போகிறது.
கனவாக...
****

உண்ணா விரதத்தில்
உடுப்புகள்..
பக்தி பரவசத்தில்
படுக்கையறை..
தலையணையை மட்டுமே
கட்டிப்பிடித்துக் கொண்டு தூங்குகிறான்
அவன்..
....
அவசர அறுவை சிகிச்சையில்
இரவுக்கு துணையாய்
நிலவும்..
நானும்
இரட்டைப்பிள்ளைகளாய்
தினமும் பிறக்கிறோம்.. ஆனாலும்
வஞ்சகம் செய்கிறாள்..
அம்மா..
நிலவோ..வான கட்டிலில்..
நானோ மரத்தொட்டிலில்...
தாலாட்டு கோபப்படுகிறது..
....
மனிதன்
இடத்தை வாங்கி விட்டதாக
பெருமை பட்டுக்கொள்கிறான்..
நிலம் ஆமோதிக்கிறது..
நாளைய வருகையை நினைத்து...
****

நெற்றியிலும்
கால்களிலும்

கழுத்திலும்
முத்திரையிட்டு அனுப்புகிறான்..
கணவனின்
காதல் வேலைக்கு போகிறது..
நம்பிக்கையோடு..
****

அடுத்தமுறை
வருகிறேன் என
பலநேரம் உண்மையை சொல்ல
முயல்கிறது..
இயலாமை..மனம் சந்தேகப்படுகிறது...

....

அப்ரூவல் தராத
வீட்டு மனைகள் .. முகநூலில்
இப்போதும் விற்பனைக்கு
சில கணவர்கள்..
விளக்கை அணைத்ததும் அமைதியாகிறது
இரவு..
போர்வைக்குள் விட்டில்கள்..
****

பார்வை நழுவி விழுகிறது..
பதட்டத்தில்
அவன்..
சரி செய்கிறேன்..
இமைகளை தோள் மீது..
****

குளிரை கட்டியணைத்துக் கொள்கிறது கம்பளிகள் ..
இரவின் ஏக்கம்
நீள்கிறது..
****

அமைதி

அடைகாக்கப்படுகிறது..
மெல்ல நுழைகிறது..
ஆப்பாயில்..
****

தொட்டுத் தொட்டுத் பேசும்
நட்புக்குள்
சண்டைகள் வருவதில்லை..
கணிப்பொறி கண்ணடிக்கிறது..
விரல் வெட்கப்படுகிறது..
என்ன சுகத்தைத் தந்துவிடப் போகிறது..
நம் மூச்சுக்காற்று தீண்டாத
பார்வைகள்..
நானோ தலையாட்டுகிறேன்..
நீயோ புரிந்து கொள்கிறாய்..
காற்று மரங்களை தழுவுகின்றது.
மழை மண்ணை அணைக்கிறது..
மனசு குளிர்கிறது..இது
கார்கால காதல்...நம்
வானிலையில் மாற்றம்....
****

மேனி துளைத்த காற்று
மேடையில் அழகாகிறது..
அவள் உடல் துளைத்த
துளைகள்...விரலால் மூடப்படுகிறது..
மூச்சுக்காற்று...
காதுகளில் நிறைகிறது.
உணர்வுக்குழல் ஊதுகிறது*****************************
****

இன்னும் எத்தனை தூரமோ
இவன் விழி கடக்கட்டும்
விரல் மட்டும் விதிமீறி....

இடைக்குள் விலங்கிட்டு கிடக்கட்டும்..

இருள் சூழ்கிறது..இமைக்குள்..

இவன் நுழைந்து தேடட்டும்...

இவனும் என்னை கண்டறிவானா..

இடைக்குள் நோவு... தொடரட்டும்..

இன்னும் எத்தனை காலமோ

இதழ் மட்டுமே பதிக்கப்படுகிறது

இமை வழியே இதம் கடந்து

இரவுகள் மட்டுமே

இணையாய் இருக்கிறது..

இன்னும் எத்தனை போதையோ

இருப்பிருக்கும்வரை இனிக்கட்டும்

எறும்புகள் தேடிவரும் காலம்

நாளை வரை நடக்கட்டும்..

நான் தொலைந்த இரவுகளை

நிலவைக்கொண்டு தேடட்டும்..

நிலா வரா நேரத்தில்

என் மூச்சு நின்று போகட்டும்...

நான் துயில்கிறேன்.. கலைகிறது
தூக்கம்..

நான் தூரமாகிறேன்..

அடி வயிற்றுக்குள் ஏக்கம்...

நான் அணைக்கிறேன்.. அழுகிறது
விரல்கள்..

அவன் முடிக்கிறான்..அமாவாசையாய்
என் விதிகள்...
****

இவன் கடந்த பாதையை கண்ணால் நக்கிப் பாருங்கள்..

நாக்கு இனித்தால்

இன்னும் நாலு வார்த்தை துப்புங்கள்..

நாற்றம் மணல் நிறைத்து

மண்மேடு மடியும் வரை
தூற்றுங்கள்..காற்றில்
ஏதேனும் பறந்து போகலாம்..
ஏதேனும் அடியில் தங்கலாம்...
நல்லதை தேடுங்கள்.. இன்னும்
நால்வரும் நாளை இதையே தொடருங்கள்...
நான் கூடிழந்த குருவி
குற்றாலம் காணாத காட்டருவி
நான் குடிசையிழந்த உயிர்
குரும்பாடு காணாத பயிர்..
குறையுள்ள குதிர்..
அதிகாலை காணா கதிர்..
இது பயிற்சிக்கூடம்
இன்னும்
பசிக்கிறது..உயிர் முயற்சிக்க கூடும்..
இது இயலியின் காலம்*****************************
உளி கொண்டு துளைக்க
தும்பிக்கை தூக்கி வருமோ மரம்..
யானை கவி தூக்கி சுமக்க ஆகுமோ
கழுதை தின்னாத காகிதபரல்கள்
பாதையில் கிடக்கலாம்..
பாதம் நோகாது பதனமாய் நாமும் கடக்கலாம்...
இப்போதும் போதையில்
நாமும் நடிக்கலாம்...நாளை
நால்வருக்கும் விடியும்..அது
எனக்கும் நடக்கலாம்...விடியல்
விரக்தியை கொன்று புதைக்கலாம்..
விடை கிடைக்கலாம்..
விதி முடிக்கலாம்....
யாரரிவாரோ...எம் தமிழே...
உன் முகத்தை

அலைபேசியில் சேகரிக்கிறேன்..
வெட்கப்படுகிறது
நினைவகம்..
****

உன் முகத்தில்
குவிகிறது..
என் கவனம்..
கத்துகிறது
என் கண்கள்...
இருதயத்திற்கு ஆபத்தென்று...
....
குவிந்த வரிகளுக்குள்
நான் எதைத்தேடி
எழுத..
கோடிட்ட இடங்களாய்
கவிதைகள்...
****

இந்த இதழில்
எனது கவிதைகளை
பதிப்பிக்க
அனுமதி தாருங்களேன்...
வரிகள் வாய்ப்பு கேட்டு
விரலை நச்சரிக்கின்றது..
....
இந்த
இதழில்
நான் ஆயுள் சந்தாதாரராகிட
என்னுயிரையே
தருகிறேன்...
கட்டணமாக..
....

உன் வார்த்தையால்
கடித்தாவது
என்னைக் கொன்றுவிடு..
இதழ்கள் கெஞ்சுகிறது..
****

முறைத்துப் பார்க்கும்
மூக்கை
சமாதானம் செய்யவாவது
ஒரு முத்தமிட்டு
போ...
இருதயத்தில் நிலநடுக்கம்...
நான்
வியந்த படைப்பாளர்..
உன் அம்மா..
நான்
வியந்த படைப்பு
நீ..
வடுவை மறைக்கப் பார்க்கிறது..
தாடையில்
அவள் நினைவாய்
முககவசம்..
****

எரிபொருள் சிக்கனத்தின் முதல்படி
விலையேற்றம் என்றது
மக்களாட்சி....
மன்னர்கள் வேடிக்கை பார்த்தார்கள்...
....
கொடிக்கயிற்றில் துணிகள்
கெட்டியாக பிடித்திருக்கிறது
காற்றின்
நம்பிக்கை...

****
கொடியில் அவன் உடை
காய்ந்திருக்கிறது...
பிரிவை நோக்கி
வெயில்...
****

மாதத் தவணையில் வாங்கிய
மகிழ்வுந்து
அழகாக மூடி வைக்கப்பட்டுள்ளது..
மகிழ்ச்சி மூடிவைக்கப்படுகிறது..
வீட்டுக்குள்...
தட்டில் சாப்பாடு மூக்கை நிறைக்கிறது..
பசி..
கையில் சாப்பாடு மனதை பிசைகிறது
பசி...
நாக்கில் சாப்பாடு தட்டில் நிறைகிறது
பசி..
வயிற்றுக்குள் சாப்பாடு வாழ்க்கை முடிக்கிறது
பசி..
...
வெள்ளையனிடம் இருந்து பிடிங்கி
கொள்ளையனிடம் கொடுக்கப்பட்டது
சுதந்திரம்..
கோட்சே சுட்டுக்கொல்லப்பட்டார்
என்கிறது
சமூகநீதி...
தாடையை மெல்ல
தடவிக்
கொள்கிறேன்..
தாடிக்குள் அவள் நினைப்பு..
புண்ணாகிறது...

....

வகிடுக்குள்

பயணிக்கிறது..

கண்கள்..

தடை போடுகிறது..

சிகப்பு விளக்கு..

அவள் நடுநெற்றியில்..

நூறுமுறை யோசித்தாலும்

ஒருமுறை முடிவு எடு..

மொட்டை போடுவதற்கு

முன்பும்..முடி வெட்டுவதற்கு முன்பும்..

மயிரு ஒட்டாது..நேரம் கிட்டாது..

....

எத்தனை முத்துமாரி வந்து

எதிரே நின்றாலும்

சொட்டைத்தலையில்

முளைப்பாரி வளர்க்கலாம்.

முடிவளர்க்க முடியாது...

பொங்கல்..பொங்கலோ பொங்கல்.

....

கடவுள்கள் பிறப்பதில்லை..

அறிவு இல்லாத

குரங்குகள் திருமணம்

செய்து கொள்வதில்லை..

இரண்டுமே மனிதனுக்கு தெரியும்..

....

இழுத்துக்கொண்டு போவது

மனிதர்கள் தான்...

தேரில் இருப்பது தான் கடவுள்

என்கிறது உலகம்...

....

மூச்சு முட்ட முட்ட
முத்தமிட்டாலும் கூட
மீசை முடி குத்துவதில்லை...
தகப்பன் முத்தம் மகளுக்கு..
....
முடிவுரையை எழுதிவிட்டு
முதல் வரியை தேடுகிறது
பேனா..
இது எழுத்தாளர் தினமாம்....
பாறைகளை செதுக்கிய
விரல்களின் நம்பிக்கை மட்டுமே
தெரிந்தது..
கடவுள் சிலைகளில்..
****

காகத்திடம் சிக்கியது..அந்த தெருவோர தலைவியின் சிலை.
இன்னும் கழிவறைகளைத்தான் தேடுகிறார்கள்
குடும்ப தலைவிகள்...
****

காகத்திற்கு மகிழ்ச்சி
அதன் எச்சத்தில் வளர்ந்திருந்தது..
ஒரு ஆலமரச்செடி...
மனிதன் எப்போது
எச்சமாகவாவது ஆவான். ஏக்கத்தோடு ஒரு ஆலமரம்...
****

குளத்தை வற்றவைக்க இன்னும் பலர்
அதன் மீது கல்லெறிந்து கொண்டிருக்கின்றனர்..அதன் நீரலையை
இரசித்த படி..
ஆற்றாமை..
****

கிராமத்துப் பெண் பாத்திரம் கழுவி ஊற்றும்
நீரை நம்பித்தான் வாழுகின்றன வாழை மரங்கள்..

அவளது வீட்டில்..
****

பசி ஏக்கத்தோடு பார்க்கும் அந்த பிச்சைக்காரியை
வேகமாக கடந்து வந்தது.
எனது பிரியாணி பொட்டலம்..
****

கதவைப் பிடித்தபடி
குறைந்த பட்ச விலை என்னவென்று சொல்லுங்கள்..
விழியாலே கேட்கிறாள் மணமகனிடம்...
முதிர்கன்னி..
****

பாடைகள் சிலநேரம் மனிதர்களையும் சுமந்து செல்கிறது...
பயணங்கள் சிலநேரம் மனிதர்களையும் சந்திக்கிறது..
பாதைகள் சிலநேரம் வழித்துணையையும் தந்துவிட்டு போகிறது...
வாழ்க்கை சிலநேரம் வசமாய் நம்மிடம் மாட்டிக் கொள்கிறது..
****

தினமும் ஒரு மருத்துவமனை
பிறக்கிறது..
புதிய புதிய நோய்களோடு....
****

மருத்துவரின் பசியைப்போக்க
இன்னும் பல குழந்தைகள்
வயிற்றை கிழித்துக்கொண்டு தான்..
பிறக்கின்றன..
****

நேற்று வரையும் நடந்து கொண்டிருந்த
தாத்தா இறந்து போனார்..இன்று
கிராமத்தில்..குறுஞ்செய்தி..
இன்னும் இறந்து போன தாத்தா வாழ்ந்து கொண்டிருக்கிறார்
நகர மருத்துவமனையில்.. புதிய செய்தி..
புதிதாக பல மருத்துவ மனைகள் பிறக்கின்றன..

தலைப்புச் செய்தி....
****

அறுந்து போன செருப்பின் வலியை உணர்ந்தது..
கால்களை விட அதிகமாக
அதன் துணைச்செருப்பு...
****

தூக்கி எறியப்பட்ட குச்சியின் வலி புரியாமலேயே
வயிற்றுக்குள் ஆனந்தமாக இருந்தது..
அந்த குளிர் பனிக்கூழ்...(ஐஸ்கிரீம்)
****

பல அறைகளைக் கொண்ட அடுக்குமாடி வீடுகளுக்குள் தான்..
பல நல்ல மனங்கள் பூட்டப்பட்டிருக்கின்றன...
பணத்தைத் கொண்டு...
****

என் தோல்வியை நினைவு படுத்துகிறது
என் தலையணையில் படிந்த
கண்ணீர் கரைகள்..
****

இன்னும் என் விரல்கள்
தொடுதிரையை மட்டுமே தட்டுகின்றன..
சோற்றுக்கு..
****

நேற்று வரை நான் பிடித்த முயலுக்கு எல்லாம்
மூன்று கால்கள் தான்..
இன்று தான் அறிந்தேன்.. உண்மையில் அது இரண்டென்று...
கால் பிடிக்கையில்...
****

வாழ்க்கையை ஓட்டத்தெரியாத மாப்பிள்ளைகள் தான்
வாகனங்கள் கேட்டு அடம்பிடிக்கிறார்கள்..
மணமேடையில்..
****

சாலையின் தேவையில் மறைந்து போனது தான்
மனிதாபிமானங்கள்...
சாலையில் வேகமாய் வாழ்க்கையை ஓட்டுவது தான்..
மனிதப் பிணங்கள்..
****

எழுத்துப்பிழைகளுக்குள்
ஒழிந்து கொள்கின்றன.அவன்
கற்பனைகள்..
****

புதிய அழைப்புக்களில்
ஒருநொடியேனும் வந்து போகிறது
நேரத்தின் சிரமங்கள்..
****

இன்னும்
உளறிக்கொட்டத்தான் விரும்புகிறது
கற்பனைகள்..
****

நினைவுகளைத் தேட
நெற்றியில் முகாமிடுகிறது
விரல்கள்..
****

அந்த குருட்டுக் கிழவி
இப்போதும்
சூரியனில் தான்
மணி பார்க்கிறாள்.
நான் அவளை
குருடி என்கிறேன்..
அறியாமை..
****

ஆயிரம் பேரைக் கொன்று குவித்த வீரன்
இறுதியாக அழுதான்.தன் குழந்தை தரையில் தடுக்கி விழுந்து

காயம் பட்டதற்கு..
****

என்னோடு போட்டியிட்டு
வெற்றி பெற்றதாய் சொல்கிறது..
நான் கசக்கி எறிந்த காகிதங்கள்..
****

யோசனைகளை செலவு செய்து
சிந்தனைகளை முதலீடு செய்கிறான்..
அறிவாளி..
****

வலியோடு
எழுவதை எல்லாம் கிழித்து எறிவதும்
விரல்கள் தான்..
****

தூக்கம் வரும்
ஒவ்வொரு முறையும்
மயானமும் நினைவுக்கு வந்தால்
பணம் பயந்து தான் போகும்..
****

இரவுகளுக்காய் இன்னும்
காத்துக் கொண்டிருக்கின்றன
பல பசியான மின்மினிப் பூச்சிகள்
குடிசைகளுக்குள்....
****

கடித்தவுடன் இறக்கும் வரம்
மனிதனுக்கு கிடைத்திருந்தால்
தப்பித்திருக்கும்
கொசுக்கள்..

....
வீணாய்ப்போன நிமிடங்களை கழித்து விட்டால்
நம் வாழ்க்கை ஒரு நாளைக்கூட தாண்டாது.

அந்த ஈசல் சொன்னது..
****

தன் பிள்ளை அருந்தும் பால்
ஒவ்வொரு சொட்டும் அமுதமாகிறது..
அந்த அன்னைக்கு...
****

ஒவ்வொரு நாளும்
நாம் புதியதாக பிறக்கிறோம்..
பழைய உடம்புக்குள்..
****

நம் உணவைத் தேடுவதில் நம்மை தோற்கடிக்கின்றன
பல குரங்குகள்
பணக்கார உணவகத்தில்..
****

கிழிந்த சட்டையில் ஓட்டையை மறைக்கத்தான்
கூந்தலை அவிழ்த்து விட்டால்
பைத்தியக்காரி..
****

கொரோனாவில் பசிக்கு உணவளித்த
இன்னும் பல கடவுள்களின் முகங்களை
காணாமல் தான் போய்விட்டோம்.அன்றும் நாம் முககவசத்திற்குள்
மாட்டிக் கொண்டோம்....
****

பிள்ளைகள் சாப்பிட்ட தட்டை கழுவி வைத்தே
பசியாறும் அம்மாக்களும் தான் நிம்மதியாக உறங்குகிறார்கள்..
வயிற்றுக்குள்...
****

பசிக்கும் போது மட்டும்
நாக்கு குறைசொல்வதே இல்லை
அம்மாக்களை..
****

இரவு சமைத்த உணவை இப்போதும் தின்று கொண்டு தான்
இருக்கிறார்கள்.. ஒவ்வொரு வீட்டிலும் சம்பாதிக்கும்
அம்மாவும்..அப்பாவும்..
****

நாம் நடந்து சென்ற பாதையில் தான்
இன்னும் பலர் தவழ்கின்றனர்..
ஓட்டப்பயிற்சிக்கு..
****

எழுதுவதை தீர்மானிக்கிறது
வாசகரின் பேனா...
****

நம் பசி இன்னும் குப்பையில் தான் கிடக்கிறது
அந்த நட்சத்திர விடுதிகளில்..
****

இரவுக்கு பசிக்கும் என்பதற்காக
இப்போதே விளக்கை அணைத்து சாப்பிட்டான் பணக்காரன்.விடுதியில்
புதிய பெயர் வைத்துக்கொண்டு...
****

மேடை கிடைக்காத
பல உலக அரசியல் தலைவர்கள் இப்போதும்
தேநீர் கடை வாசல்களில்... செய்தித்தாள்களை
தின்று கொண்டு தானிருக்கிறார்கள்...
****

இன்னும் குற்றமற்றவர்களை
தேடிக்கொண்டு தான் இருக்கிறது ..நீதிமன்றம்
தீர்ப்பு எழுத..
****

ஒரு ரூபாய் முக கவசத்தை இலவசமாய் பெற முடியாத தொழிலாளி
தான்
ஒரு கோடி ரூபாய் நன்கொடையை சம்பாதித்து கொடுத்தான்
தன் முதலாளிக்கு...

****

இறந்து போன பணக்கார புடவைகள்
இன்னும் சில ஏழை வீடுகளில்
சுடிதாராக வாழ்கின்றன..
****

இறந்து போன சில சுடிதார்கள்
இன்னும் பணக்கார வீடுகளில்
புடவைகள் துவைக்கின்றன..
****

சுகமாக வாழ்வதாக ஆணவம் கொள்கிறது
மாளிகைக்குள்
சில குப்பைத்தொட்டிகள்..
****

புத்தகங்கள் படிக்கப்படுகின்றன
வாசகன்
படைக்கப்படுகிறான்...
****

நகைகளை விற்கச்சொல்லும் விளம்பர நிறுவனங்கள் தான்
மாத தவணைகளாக....
கடன் வாங்குவதற்கு நம்மை பழக்கப்படுத்தியவர்கள்
என்பது நாளையும்
நமக்கு உரைக்கப்போவதில்லை....
****

உரக்கச் சொல்லாத உண்மைகளும்
பொய் என்றே
சொல்கிறது...நீதி..
****

விளம்பரங்கள் கொடுக்கும் சுகத்தை..
நுகரும் பொருட்கள் தருவதில்லை என்பது தெரிந்தும் விலையேற்றம்
செய்யும் நிறுவனங்கள் தான்..
இலாபத்தை அனுபவிக்கின்றன..

****
பிரச்சனைகளைக் கண்டு ஒதுங்கிப்போகிறோம்..
அது தான்
பிரச்சனை என்பது புரியாமல்..
****

ஆலயமணியின் கயிறுஇன்னும்
இறக்கத்தைத்தான்தேடுகிறதுமண்ணிற்காக
மண்ணிற்காக...
****

ஆகக்கொடியதொரு பசி
அவள் பிறக்கையில்
அவள் இறப்பது...
****

காதலை சொல்லத் தெரியாமல்
கட்டியணைத்த பல காதல்கள்
இப்போதும்
கற்பமாகவே இருக்கிறது...
****

ஒவ்வொரு காலையும் அழகாகத்தான் இருக்கிறது.
இரவு உடையை மெல்ல நீக்கி
நெட்டி முறித்து சிரிக்கையில்...
****

கூந்தலை விரித்து
நெற்றிப் பொட்டு வைத்து
புன்னகையை சிதறவிட்டால்..
அவள் தான் பௌர்ணமி வானம்....
****

அவன் புன்னகைக்குள்
ஒழிந்து கொள்கிறது..என்
தெற்றுப்பல்....
****

உற்றுப்பார்க்கும் போது
என்னவோ தான் செய்கிறது
உன் பார்வை என் இரவுக்குள்...
****

கடன் வாங்கிக் கட்டிய
என் வீட்டுக்கூரையில் கூடுகட்டியது
குருவி..
மாதத்தவணை இல்லாமல்..
****

குருவிகளும் ஏனோ
கூரை வீடுகளில்
கூடு கட்டுவதில்லை..
****

வாடகை வீட்டில்
சொந்தமாக கூடு கட்டியது
குருவி..
****

சொந்தமாய் கூடு கட்டத்தான்
தினமும் குருவியாய் பறக்கிறான்
மனிதன்..
****

கூட்டை விட்டு குருவிகள் பறந்து போனது
கூடு மட்டும்
மயானம் போகிறது..
****

குஞ்சு பொறிக்கத் தெரியாத
முட்டைகளை அடைகாக்கிறேன்
என் வயிற்றுக்குள்..
****

இன்னும் குஞ்சுகளைத்
தேடும் சில தாய்க்குருவிகளும்

தாயைத் தேடும் சில குஞ்சுகளும்
கோவில் வாசலின் ஓரமாய் கையேந்துகின்றன
****

குறைக்காதலில் கருவான
சில குஞ்சுகளை இப்போதும் பிரசவிக்கிறது
குப்பைத்தொட்டி...
****

நேற்று வரை
புழுக்களை தின்று கொண்டிருந்த
குருவியை இப்போது புழுக்கள் தின்று கொண்டிருந்தன..
புழுவை அறுவறுப்பாக பார்த்தான் மனிதன்..
****

மாட்டுத்தாவணி
எம்ஜிஆர் பேருந்து நிலையமானது..
ஓட்டைப்பேருந்து கட்டணமும்
உயர்ந்தது..
எரிச்சலில்
கட்டணமில்லா கழிவறைகள்...
மூக்கை தேடுகின்றன..
****

சாக்கடைக்குள்
பிறந்த கொசுக்கள்
சுத்தமான உணவைத்தேடுகின்றன..
அசுத்தமான கொசுவிரட்டிகள்
மாளிகைகளில்...
****

தலைக்கவசங்கள்
குற்றவாளிகளாவதில்லை..
குற்றப்பின்னனியில்
சாலைகள்
வழக்காடுகின்றன..

ஊமையாகிறது
உயிரிழப்பு..
****

இந்நாடு வல்லரசாக வேண்டும்
என்கிறது
அரசு..
மக்களிடம் வரிக்கு கையேந்துகிறது
நல்லரசு..
****

இதழ் திறந்த மாதுளை
கவனம்
குவிக்கிறது பழக்கடை..
****

வெயிலில்
உன் அனுசரனை
குளிர்கிறது
வாய்ப்பேச்சு...
****

இருதயம் கைகுலுக்கி கொள்கிறது..
இமை எதிரே புன்னகை..
****

வேதியல் மாற்றங்கள்
வானிலையை பாதிக்கிறது..
உன் முத்தம்...
****

கன்னம் குளிக்க
சுடுநீர் தயாரிக்கிறது.
அவன் கைகள்...
எரிகிறது இருதயம்
****

உடுத்திக்கொண்டே

நனைகிறது
மழை....
ஏமாற்றத்தில் குளியல்....
****

தெருச்சாலையில் வாகன நெரிசல்
கவலைப்படுகிறது..
கால்கள்
எரிபொருள் விலையேற்றத்திற்கு..
****

வணிகமயமான உலகில்
காதலும் வணிகமாகிப்போனது தான்..
நீதி...
அவளிடம் பேச
மணிக்கு ஐநூறாம்....
****

யாரது கோகுல்ராஜ்
என கேட்கும் என்னையும்
ஆண்டி இண்டியன் ஆக்குவது தான்..
காலத்தின் அவசியம்...
****

உலகமே ஒண்டிப்புதூரை நோக்கி
ஓடும்போது
ஒருத்தன் மட்டும்
மணியை தேடினானாம்..
அது தான் விசுவாசம்..
****

தனி ஒருவனால்
ஒரு விமானத்தை சொந்தமாக வாங்க முடிகிறதென்றால்..
பாவம் அவன்
எவ்வளவு கடினமாக
வேலை செய்திருப்பான் என

இப்போதும் புலம்புகிறது..
விவசாயம்..
#குனிஞ்சாநிமிராமல்வேலைசெய்வோர்சங்கம்
****

தாலியை இரும்புக்கம்பியால் செய்து போட்டு
துணையை கட்டிப்போடுவதுதான்...
அன்பு என நம்பப்படுகிறது..
நரகத்தில்...(நகரம்..நரகம் தானே)
#இப்பவும்தங்கசங்கிலிபோடாதவர் குழுமம்
****

ஓடிப்போன மனைவிக்கு
கோயில் கட்ட துப்பில்லாதவன்
இன்னொரு கல்யாணம்
பண்ணுவது தான்..
இயற்கை என்கிறார்
சாமியார்..
#தாலிகட்டிசாமியானோர்சங்கம்
****

கண்காட்சி முடிந்தது
கல்லாப்பெட்டி
நிரம்பி
கிளம்பினான்.. அந்த
டிக்கடைக்காரன்..
கடன்காரனாய் கவிஞன்...
****

கண்காட்சி முடிந்தது
கண்ணை விழித்தன
புத்தகங்கள்.
காணமல் போயிருந்தது கற்பனைகள்
****

கண்காட்சி முடிந்தது..

அவள் கற்பனைகளை
வாங்கிப்போயிருந்தாள்..
நான் புத்தகத்திற்குள்
தேடிக்கொண்டிருந்தேன்..
அவளை..
****

அட்டைப்படத்தில் அவள்
புத்தகத்திற்குள்
நான்..
அருகருகே கிசுகிசுக்கள்..
****

மனிதன் புதைக்கப்படும் பொழுது....
மண் கோவிலாகிறது..
மனிதம் விதைக்கப்படும் பொழுது....
மண் பள்ளியறையாகிறது..
****

வாழ்க்கை செத்துப்போகிறது..
ஆசைக்கு விடுதலை..
ஆசை செத்துப்போகிறது
வாழ்க்கைக்கு விடுதலை..
****

எவை எவை வேண்டுமென்பதை
எவரும் தீன்மானிப்பதில்லை...
மண் அனைத்தையும் விழுங்கிக்கொள்கிறது..
பசிக்கும் போது..
****

செத்த மீன்கள்
உயிர்களைத் தேடுகின்றன..
உயிருள்ள பிணங்கள்
உடல்களை தேடுகின்றன..
உயிர் பெறுகிறது..

இறைச்சிக்கடை....
****

பூமிக்குள் இருந்து வரும்
நீர் மண்ணின்
தாகத்தை தணிக்கிறது..
வானத்திலிருந்து குதித்த
மனிதன்
மண்ணை உரிமை கொள்கிறான்...
#ஆசை
****

நிலா சுடுகிறாள்
பாட்டி வடையாகிறாள்..
நரி கதை கேட்கிறது...
காகம் தலையாட்டுகிறது...
கதை கற்பனையாகிறது...
வானம் செயற்கையாகிறது..
என்னவெல்லாம் சொல்ல முடியுமோ
அத்தனைக்கும் முயற்சிக்கிறது
மழலைப்பருவம்...
அவளை சொல்லி குற்றமில்லை...
நிலாவில் வடை மட்டுமே சுட்ட...
பாட்டியின் குற்றம்...என்கிறாள்..
மழலைச்சிரிப்போடு...
மனசு அதையும் இரசிக்கிறது..
****

ஏன் நிலாவில்
வடை மட்டுமே சுட்டாள்
என் பாட்டி...
புருவம் உயர்த்துகிறாள்..
வடை பிடிக்காத மழலை..
கோபமாக.. சிரிக்கிறது

வடை ...
****

உதடு பிதுக்குகிறாள்
பாட்டி..
நிலவிற்கு சென்று தான்
வடை சாப்பிடுவேன் என
அடம் பிடிக்கிறது
வானம்... தரையில்
அழுது புரள்கிறது பாசம்.
****

பூமிக்கு ஏன்
தனியே நிலவில்லை..
போராட்டம் தொடங்குகிறான்..
காதலன்..
அவளுக்கு பரிசளிக்க
நிலவு காதலியை தேடுகிறது...
பூமியில்....
****

பகலில்
நிலவு தெரிய வேண்டும்...
வானத்திற்கு வண்ணமடிக்க
ஏணியை தேடுகிறார்கள்...
கவிஞர்கள்...
கவிதைகள் கருப்பாகின்றன...
****

பாவம்
யார் ஆடையை பறித்தது..
காவல் நிலையம் தேடி வருகிறது..
புகாரோடு நிலா...
எழுதப்படிக்க தெரியாமல்...
****

கை நீட்டி என்னை
கட்டிப்பிடிக்க
வானம் செய்த சதிதான்..
நிலவின் ஒளி...
வாதிடுகிறான்...
கற்பிழந்த வழக்குரைஞர்....
நீதி முத்தமிடுகிறாள்...
****

என் தெருவிலும் வாழும்
நிலா
விதவை தான்..
அவளை முழுமனதோடு
திருமணம் செய்து கொள்ள தயாராகிறார்கள்..
பலர்...
தனது கணவனை நினைத்து
பகலில் அழுவதும்
இரவில் சிரிப்பதும்...
அவளது வாடிக்கை...
இப்போதும் அவளுக்கு
பிடிக்கவில்லை
திருமணம் எனும் வேடிக்கை...
****

கொடுத்த காசிற்கு கூவிய சேவல்கள்
குடித்தனம் நோக்கி
திரும்புகிறது..
தள்ளாடுகிறது
சனநாயகம்..
****

கஞ்சி போட்டு
சட்டை உடுத்திக்கொண்டு
பசியைப்போக்க

வீதியில் உண்ணாவிரத போராட்டம்..
வரவேற்புக்கு தயாராகிறது..
அரசாங்க கடை..
****

அரசியலை சாக்கடை
என்று சொல்லிக் கொண்டே
அதனுள் குளிக்கிறது..
பணம்..
பாவம் பன்னிகள் தெருவில் புலம்பல்...
****

ஒரேயொரு வாய்ப்பு
கேட்டு கெஞ்சுகிறது
விரல்கள்..
இன்னும் ஒரு முறை
தேர்தலில் பணம் வாங்க..
வெற்றி வேட்பாளர் உயிர் ஊசல்...
****

ஊசி நூலுக்குள்
யானையை நுழைத்து
ஓட்டு வாங்குகின்றன..
கட்சிகள்..
அதை உண்மை என
சாட்சி சொன்னான்
உள்ளே நுழைந்த வாக்காளன்..
****

அவனுக்கு குடுத்த
முத்தத்தப் போல
எனக்கொன்னு வேணுமுன்னு...
அடம்பிடிக்கிறான்
என் மகன்....
என் முத்தமே..நீ தானடா..என

கட்டியணைக்கிறது
என் தாய்மை..
இருவரையும்...குழந்தைகளாக...
****

முத்தம் கொடுத்ததும்
கன்னத்தை துடைக்கிறான்
அவன்..
என் இதழ் வரிகள்
கவிதையாகிறது..அவன்
உள்ளங்கைக்குள்...
****

கத்திவைத்து மிரட்டுகிறது
அவன் மீசை..
அதற்கு
முத்தம் வேண்டுமாம்..
ஆறுதல் சொல்ல...
குத்திவைத்தேன் முத்தத்தோடு
மீசை முடிக்கு.. இப்போது
வலி ...
****

இதழ்களை கடந்து
இருதயங்களையும் அடைந்தது..
அவன்
காற்றில் பறக்கவிட்டான்
தூது முத்தம்..
****

இரவைப் போல அல்ல
இப்போது
முத்தம்
அமைதியாக போராடத் தொடங்குகிறது... இன்னும்
போராட்டம் நீளட்டுமென

கோரிக்கைகளை இதழ்
பரிசீலிக்க தயங்குகிறது...
****

முதல் முத்தம் ஏதோவொரு
அவசரத்தில்
அரையும் குறையுமாய்
என் காதலைச் சொன்னது..
இறுதி முத்தம்
மீண்டும் அவசர அவசரமாய்
அவன்
பாதத்தில் பதிந்தது...
இடையில் அவன்
முத்தம்...
என்னருகில்
அழுகிறது...
****

அவனுக்காய் காத்திருக்கிறது
வைக்கோலும் புண்ணாக்கும்
என்னை எருமை
என்றான்
அவன்...
****

தோரணங்களை கட்டிக்கொண்டு
அழகுபடுத்திக் கொண்டது
வீதி..
அய்யனார் ஊர்வலம்
வருவாராம்....
****

மடித்து வைக்கப்பட்ட
பழைய புடவைக்குள்
அவன் நினைவு.. முதல்முறை

தாவணியாய் இன்னும்
இருக்கிறது..
****

பழைய புகைப்படத்தில்
அவன்
சிரித்துக்கொண்டு இருக்கிறான்..
நான்
சிரிக்க மறந்து இரசிக்கிறேன்..
புகைப்படம் என்
புத்திக்குள்..
****

நேற்றிரவு
பாலாடை விலக்கி
பாகங்கள் நனைய
மீசைமுடி குத்த
பாலைக்குடித்தது..என்
செல்ல திருட்டுப்பூனை..
சுவற்றில் பெண்பல்லி மட்டுமே
அழுதுகொண்டிருந்தது..அவனுக்காக...
****

கம்பி வேலிக்குள்
நுழைந்து வருகிறது
காற்று..
மூச்சுக்காற்று
நம்பிக்கை தருகிறது..
****

ஒவ்வொரு நொடியும்
பிரசவத்தில்
இறந்து போகிறது.
மணித்துளி குழந்தையாய் பிறக்கிறது..
ஒவ்வொரு நாளும்

பிரசவிக்க துன்பப்படுகிறது..
வாழ்க்கை நமக்கு அம்மாவைக் தருகிறது...பல நேரம்
வாழ்க்கை நமக்கு
அம்மாவாகிறது...
****

மயானங்களை வாழச் சொல்லிகெஞ்சிக் கொண்டுதான்இருக்கின்றதுபி-
ணங்களின் கண்ணீர்
கெஞ்சிக் கொண்டுதான்இருக்கின்றது
பிணங்களின் கண்ணீர்
****

பத்து மாதங்களாக தாயின் வயிற்றை
சுமக்கிறதுசிசு..
பிறந்தபின் தான் தாய் சிலுவையில்
அறையப்படுகிறாள்..
****

சிலுவைகள் சிலநேரம்
சிலந்திகளையும் சுமக்கிறது
சிலுவையில் சிலநேரம்
சிரிப்புகளும் அறையப்படுகின்றன.
****

முள் கிரீடத்துக்குள் மாட்டிக்கொண்டது
இரக்கம் மட்டும் அல்ல...
சிலஇருதயமும் தான்.
****

கோடிட்ட இடங்களை நிரப்பச் சொல்கிறது..
அவன் வினா..
வினவினான்..
****

வீதியில் விதியை வளைக்கும்
வித்தைகள்..
அவள் வளைகள்..

****

இலாப நட்டகணக்கில்
அரை வருட கணக்கு முடிவில்
அவள் கை...
இடை சேமிப்பு..
****

அம்மாவின் கண்ணீர்
பல குற்றவாளிகளுக்கு
நீதியும் தண்டனையும்
தான்
****

ஆணுக்கு
பெண் இல்லா
வீடுகளில்
விளக்கு மட்டுமே எரியும்..
வயிறு எரியாது..
****

பசிக்குப் போக
மீதமாய்
சில வீடுகளில்
உணவும்..உடையும்..
அரைகுறையாய்...
****

விசத்தை சாப்பிட்ட
உதடுகளும்
நன்றி சொல்லும்
மண்ணுக்கு..
****

எதுவுமே இல்லாவிட்டாலும்
அதையும் கவிதை தான்
என்கிறது

சில காரணங்கள்..
****

முறையற்ற திருமணத்திலும்
மூன்று முடிச்சு போடுகிறது
விதி...
****

கிளியின் மூக்கோரம் சிகப்பு..
பழத்தின் இரத்தமாக இருக்கலாம் என்கிறது
மரம்.
****

தன்னை கண்டுபிடிக்க முடியாத
ஆண்களும் பெண்களும்
ஒன்று தான்..
பிறரை தேடுகையில்..
****

மீன் தூண்டில் வீச
ஆசைப்படுகிறது..
குளக்கரையில்
அவள்..
****

குளத்திற்கு கும்பமேளா
குடத்தோடு அவள்..
****

குளத்தை சிறிதாக்க கோரிக்கை வைக்கின்றன
மீன்கள்..
அவளிடம்..
****

தாவணி சாயம் போவதும்
காணாமல் போவதும்
தவணை முறையில் விடுப்பு....
****

ஒரு ஹைக்கூ புத்தகத்தை கடனாகக் கேட்டேன்
அவனிடம்..
அவன்
புன்னகைத்தான்..
****

எப்போதும் பொதுநலன் கருதி வெளியிடுவது
பொது மக்களுக்கு பொதுவாக
இருப்பதில்லை...
****

உறக்கத்தை தொலைத்து விட்டு
கனவுகளோடு வாழப் பழக்குகிறது..
ஆசை..
****

சில நேரம்
அவளும் நானும்
குக் வித் கோமாளியாய்
சிரிக்கிறோம்...
அவர்களைப் பார்த்து..
****

திருமணத்தில்
எதைத் தொலைத்தேன் என்பதை
அடிக்கடி நினைவுபடுத்துகிறது..
அவள் விரல் பிடித்திருக்கும் அகப்பை
என் தலைக்கு....
....
விடியும் வரை
வாழ்க்கை போராட்டம் தான்
தொடர்கிறது
எனக்கும் அந்த
கொசுவிற்கும் இறுதியாய்
இருவருக்குமே விடிகிறது..

அதிகாலை மீண்டும் பசியோடு...
....
உயிரற்று
மண்ணில் விழுந்தவையாவும்
உயிர் பெறுகிறது..
நாம் மண்ணிற்கு உணர்வில்லை என்கிறோம்..

...
அலைபேசியோடு தொலைந்து போன காதலை
மீட்டெடுக்க கண்ணீர் போராடும் போராட்டம்..
கன்னத்தில் காய்ந்து காணாமல் போகிறது..
அவள் நினைவோடு..
****

உன் ஒவ்வொரு அழைப்பிலும்
எல்லோரும் நன்றாக இருக்கிறார்கள் என்ற
வார்த்தைக்குள் தான்
நான் இன்னும் உனக்காக இருக்கிறேன்
என்கிறது உன் காதல்..
****

அந்த நத்தையும் நடிகையானது
உடையை விலக்கி
தெருவில் நடந்து
உயிர் வளர்க்க போராடுகிறது..

..
நத்தையின் கூடும் மாளிகைதான்
சில பூச்சிகளுக்கு..

...
எழுத்துக்களை விதைக்க சிந்தனை உழுகிறது..
விரல் விதைக்கிறது..
விழி அறுவடை செய்கிறது..
வயிறு அப்போதும் பசித்திருக்கிறது..
****

பசிக்கும் வேளையில் கிடைக்காத உணவுக்கு மட்டுமே
பாராட்டுக்கள் கிடைக்கிறது.
அம்மாவிற்கு....
****

விட்டுக்கொடுத்து
நடந்து செல்லும்
கால்கள் தான்
நம்மை
வாழ்க்கையில்
முன்னேறச் செய்கிறது..
****

நீ என்னை கடந்து செல்கிறாய்
உன்னை தூக்கிச் சுமக்கிறது
என் நினைவு..
****

கழிவறை சுத்தமானது
அந்த தூய்மையாளரின் வியர்வைத்துளி மணக்கிறது
...
மனைவிக்கு பயந்து
காதலியை மண்டைக்குள்
மறைத்து வைத்த பெருமை
கடவுளான முப்பாட்டனுக்கும் உண்டு...
....
இராவணனின் தேர்வு தான்
இராமன் கடவுளாகக் காரணம்..
இராமனின் தேர்வு தான்
கடவுள் இராவணனாகக் காரணம்..
...
கடவுள் காரி உமிழ்த்தார்
ஆறு உருவானது
எச்சிலில் குளிக்க ஆசைப்பட்டான்

மனிதன்..
பாவம் கடவுள் கழிவறை போவதில்லை..
****

இறந்தவர் மீண்டும் எழுந்தார்
இப்போதும் எழுப்பிக் கொண்டு தான்
இருக்கிறோம்
இறந்து போன கடவுள்களை..
****

சாணக்கியர்கள் சாத்திரம்
எழுதியிருக்க வாய்ப்பில்லை
காரணம்
சத்திரத்தில் சாணக்கியர்கள்
ஓசியில் உண்பதில்லை..உறங்குவதுமில்லை..
....
இயலிசம் ஏணிப்படி அடிப்படை இல்லை
இயலாதவனை இகழ்ந்தான்
புனிதன் அவன்
முதலில் மனிதனே இல்லை.
****

சில துரோகம் என்பது
ஆறிப்போன வடு
நாம் தான்
அதை மீண்டும் சொறிந்து
புண்ணாக்குகிறோம்..
...
புண்கள் ஆறிப்போன பின்னாலும்
வலி
உணரப்படுமானால்..அது
தான்
காயம்..
....

அவரவர் விளைச்சல்கள்
விளைநிலம் பொறுத்ததே
அன்றி..
விதையைப் பொறுத்ததல்ல...என்பதே..
ஆண்களின் ஆகாமவிதி.
...
ஆணாதிக்கம் என்பது
முதலில்
ஆணைப் பெற்றவளிடம்
தொடங்குகிறது..
ஆணாதிக்கம் இறுதியாக
தான் பெற்றவளிடம் விடை பெறுகிறது.
****

வாசனை தீரும்வரை
பூக்களைச் சூடுவதும்
வண்ணம் மாறும் வரை
வர்ணம் பற்றி பேசுவதும்
மனிதர்களுக்கு நீதி தான்..
****

மாளிகையில் பளபளக்கும்
கருப்பு வர்ணம் ஏற்கப்படுவதும்..அவை
குடிசையில் நிலைத்திருப்பதை
ஏளனம் செய்வதும்
வர்க்கம் தான்..
....
மாட்டு இறைச்சியைப்பார்த்து
மனிதனுக்கு இரக்கம் வரவில்லை
என்றால்
அதுவும் உணவுப்பொருள் தான்..
பலருக்கு பால் குடிக்கையில்
இரக்கம் வருவதில்லை..

****

வீதியில் இறங்கி போராடாத வரை
எருமையும் மனிதனும்
ஒன்றுதான்..
விதி வந்து செத்துப்போகாதவரை
ஒவ்வொரு வலியும் தண்டனை தான்..
...
ஒவ்வொரு மனிதனும் உழைக்காத வரை
உணவுக்கு கையேந்தும் நிலை
ஒழியாது..
....
நீயாய் பொய் பேசாத வரை
உண்மை உனக்கு
தெரியாது..
****

விவசாய நிலத்தை
கார்ப்பரேட் முதலாளிகளுக்கு கொடுத்து விட்டு
நிலமுதலாளிகளை கூலித்தொழிலாளிகளாக மாற்றிய சாதனை
அரசாங்கத்திற்கு மட்டுமே உண்டு...
....
மனசு வலிக்க வலிக்க
வேலை செய்யும் தொழிலாளியின் கூலியைப்பறித்துக்கொண்டு
உடல் வலியைப்போக்குவதற்காக மதுபானத்தை காய்ச்சுவதாக சொல்லும்
சாதனை
தமிழக அரசுக்குத்தான் உண்டு..
****

பசியோடு கிளிகள்
பறந்து வருகின்றது வாசனை..
அந்த கிராமத்து வீட்டில்
குளியலறை ஓரமாய்
வளர்ந்திருந்தது

மாமரம்..
****

இரண்டு முறை சாப்பிட்ட
அவனுக்கு தெரியவில்லை...
மூன்று வீட்டுக்கு
அந்தப் பக்கம் இருந்து
மோப்பம் பிடித்து
இருபது அடி உயர சுவற்றை தாண்டி
அரை அடிக்கும் குறைவான
ஓட்டைக்குள் நுழைந்து
என் வீட்டுக்குள் வந்து
மூடி வைத்திருந்த பாத்திரத்தை திறந்து
நாக்கை நீட்டி நக்கியது
பூனை..
அதற்கு தெரிந்திருக்கிறது ...
நான் சமையல் செய்த
மீன் குழம்பின் ருசி ..
****

எப்போதும் பேருந்து படிக்கட்டில் தான் பயணிக்கிறது
சிலரது வாழ்க்கை...
****

கிழியாத ரூபாய் நோட்டை வாங்கி
சரிபார்த்து
பணச்சீட்டை கிழித்து தருகிறார்
நடத்துநர்..
அதை பைக்குள் பத்திரப்படுத்துகிறது
பயம்..
****

சாலையின் நடுவே
மறிக்கும் கைகளுக்கு
வணக்கம் சொல்கிறது ..

ஓட்டுநரின் கால்கள்..
கூட்டத்தில் நசுங்கித்தான் போகிறது
சில மனங்கள்..
****

இருக்கையில் இடம் இருக்கும் போதும் சுற்றிலும் யாரையோ தேடிப்-
பார்க்கிறது
அந்த
மாற்றுத்திறனாளியின்
இருக்கை..
****

கடைசி இருக்கையில்
அமர்ந்து கொண்டு
முன் இருப்பவர்களை சபிக்கிறது சிலரது
தவறிய ஆசைகள்..
****

எச்சிலைத் தொட்டு கிழித்து தருகிறார் நடத்துநர்...
முகம் வியர்க்கிறது பயணச்சீட்டு....
****

காலி இடம் வாடகைக்கு
அழைக்கிறது
மயானத்தின் அருகில்
பதாகைகள்..
****

எரிபொருள் தீர்ந்து போன வாகனங்கள் இப்போதும் விவாகரத்து கேட்டு
போராடுகிறார்கள் அதன் உரிமையாளர்கள்..
****

நின்றுகொண்டு பயணித்ததாக
குற்றம் சொல்கிறது
கையில் பேருந்து
கைப்பிடியின் தடங்கள்..
****

முக கவசம் அணியாத
வாகனங்களுக்கு கொரோனா வந்திருப்பதாக சொல்கிறது..
பூணூல் போட்ட
ஆராய்ச்சியாளர்கள் குழு..
கடவுள்கள் கொரோனா
தீவிர சிகிச்சை பிரிவில் அனுமதி
செய்தி..
****

காதலித்து விட்டு
பின்பு விவாகரத்து வாங்குவதுதான் முறை என்கிறது..
சில தெய்வீக காதல்கள்
திருமணத்திற்கு பின்பு தான்
பிறக்கின்றன....
****

இரவு நேர உடையில்
அவள்
இமை கள் உண்ணுகிறது....
இரவு நேர
உடை இன்றி அவள் ..
இரவு போதையில் மட்டையானது..
****

அவ்வளவு
பெரிய ஆலமரத்தை
தனக்குள் அடக்கிவைத்துக்கொண்டு
காத்திருப்பது தான்
திறமை..
அவன் ஆலமர நிழலில்
தான்
இன்னும் உறங்குகிறான்...
திறமையோடு...
****

இப்போதும்
சில குந்திகளுக்கு குழந்தை பிறக்கிறது..
ஆனால்
யாரும்
சூரியனை அப்பன் என
சொல்வதில்லை...
யாரோ காரணம்..
****

குப்பைத்தொட்டி குழந்தை
பெற்றது..
எந்த மருத்துவமனைக்கும்
போனதில்லையாம்..
மருத்துவத்தை தேடுகிறது
சிசு...
காதலை ஒழிக்க....
****

வியர்த்த கணிப்பொறிக்குள்
கலைத்துப் போட்ட ஆடைகள்
சிலரது
இரவுகளுக்கு தேவையாகிறது..
யாருக்கோ பெய்த மழை போல..
****

பசியால் செத்தவருக்கு
வாய்க்குள் அரிசி போட்டு
தண்ணீர் ஊற்றாமல்
தீயில் வேக வைப்பது தான்
பசியின்
இறுதிப்போராட்ட வெற்றி..
****

ஒவ்வொரு மனிதராக
கொன்று தின்கிறது..

புலி..
காடு பசியில் சாகிறது..
****

வியர்க்கும் மரங்கள்
மழை தான்
கேட்கின்றன..
மின்விசிறி தேடுவதில்லை..
மனிதன் தான் தான்
அறிவாளி என்கிறான்
மழையைக் கண்டு ஒதுங்கிப்போகிறான்..
****

மாங்கல்யம்
அவனை பிடிக்காது
என்பதற்கு பல காரணங்களைத் தேடுகிறது..
அவனை பிடிக்கும்
என்பதற்கான
அத்தனை காரணத்தையும்
தொலைத்து விட்டது...
****

நேற்று இறந்தவர்
இப்போதும்
வாழ்கிறார்..
நாளை இறப்பவர்
எப்போதோ
அடக்கம் செய்யப்பட்டார்..
மயானமும் மனமும்
புதைகுழி மட்டுமே அல்ல...
புதையல்கள் மட்டுமே கிடைப்பதற்கு..
****

விமர்சனங்களுக்குள் ஓடி ஒளிந்து கொள்கிறேன்..
விரகத்தில் விரல்கள்..

...
விதியை நொந்து கொண்டு
காத்திருந்தது
சேலை..
அதிகாலையில்
என்னை அணைக்க..
****

கன்னத்தைக் கடித்து
சிவப்பாக்குகிறது
அவன்
வாங்கித் தந்த
உதட்டுச் சாயம்..
****

இரவு
இப்போதும்
உறங்குகிறது
போர்வைக்குள்
இருட்டு..
...
நேரம்
மூக்கைத் துளைக்கிறது..
சமையற்கட்டிலிருக்கிறார்கள்
பசியும் வாசனையும்..
...
ஆசையில்
நாக்கை கடித்துவிட்டு
அவதிப்படுகிறது..
வயிற்றுக்குள்
மிளகாய் பஜ்ஜி..
****

காலம்

பலரது வாழ்க்கையை
கற்பழிக்கிறது..
இன்னும்
திருமணங்கள் தான்
தீர்ப்பாக வழங்கப்படுகிறது..
சொர்க்கத்தில்....
****

குப்பை மேடுகளில்
காகிதம்..
இன்னும்
கருக்கலைப்பு செய்தவர்கள்
கைது செய்யப்படுவதில்லை.
வழக்கு விசாரணையில்
மரங்கள்...
****

பல
காதல் கடிதங்களை
சுமந்துகொண்டு
நடக்கிறது.. வாழ்க்கை...
பல முகவரியில்லா
கடிதங்கள்..
அவன் விரலில்...
****

படித்தவுடன் கிழித்து விடவும் சில கடிதங்கள்
காகிதமாக
இருக்கக்கூடும்..

....
பலருக்கு
நாக்கு வாழ்கிறது..
இருதயம்
செத்துப் போகிறது..

அடக்கம் செய்ய
மயானம் முன்வருவதில்லை.
....
கொரோனாவோடு
வாழப் பழகிவிட்டேன்..
ஆனால்
காதல் தான்
இன்னும் வந்தபாடில்லை..
அந்த அழகான
செவிலியருக்கு..
****

யாரும் வாங்கவில்லை
என்று
எனது
கற்பனைகள் மட்டுமே
அழுவதில்லை..
விரல்களும் தான்.. சுமக்கிறது...
****

யாருமற்ற
தெருவில்
நடந்து செல்கிறது..
நம் நினைவுகள்.
...
காம்பில்
பால் மட்டுமே
சுரக்கிறது
அரளிச்செடிக்கு...
வழிகிறது வலி...
...
நான் அடிமையில்லை
என்று தான்

கதறின..
சங்கிலிகள்
பூட்டப்பட்ட போதும்..
....
குளம்
குளிக்கிறது..
அடைமழையில்..
சோப்பை காணவில்லை...
தவளைகள் தவிப்பு...
....
இப்படியே
எழுதி வைத்துவிட்டு
பைத்தியம் என
சிரிக்கிறது..
என் நேரம்..
****

அழகு அகத்தில் ஆராய்தல் நன்று..அஃதிலார் புறமுதுகு புண்ணாகும்..
....
அவரவர் ஆராய்ச்சி முடிவுகள்
அறிந்து..அவியலோ துவையலோ துணையிடமுண்டு
....
அப்பொருள் யார் கேட்பினும் இப்பொருள் இங்கிருந்தே இறுதியில்
இனிக்கும்..
...
கூடுமான வரை கூடாமல் கெடுப்பதே யாமறிந்த
முகநூல் காதல்..
..
பசை தேடிப்போவோ ரெல்லாம் இடையில் இறந்தவ ராவார்
இலக்கு*******************************
****

நான் செத்துப் போனால் அதற்கு நீ தான் காரணம் என்று

யாரையும்
குறை சொல்ல முடியாதவை தான்..
காலமும்..சூழ்நிலையும்...
பயணத்தில்...
.....
ஒவ்வொரு முறையும்
ஒவ்வொரு வருடமும்
ஏதோ ஒன்றை
எதிர்பார்த்து
ஏமாறுகிறது..
இந்த நாள்..
நாட்காட்டியில் அவள் முகம்....
....
நான் நிசம் இப்படித்தான் இருப்பேன் என புரியவைக்க போராடுகிறது
வாழ்க்கை..
தோற்றுப்போகிறோம் நாம்...
****

நேரம் கடந்து
கொண்டிருக்கிறது..
நான்
நிகழ்காலத்தை
தேடிக்கொண்டிருக்கிறேன்..
....
விழி திறந்திருக்கிறது..
நான்
காட்சிகளைத் தேடுகிறேன்..
****

பார்வைகள் விரிகிறது..
நான்
பாதையைத் தொலைக்கிறேன்..
...

எழுத்து அழுகிறது..
நான்
பசித்திருக்கிறேன்..
****

வெற்று வயிறு
வேலைக்கு ஓடுகிறது..
அதிகாலை
பசியில் பணம்...
****

வயிறு பசிக்கிறது..
அம்மா அழுகிறாள்..
பிள்ளையின் கண்ணோரம்
காய்ந்த துளிகள்...
****

பறவைக்கூட்டம்
வானத்தை....
தூக்கிக்கொண்டு பறக்கிறது
கற்பனை...
பார்வை நழுவி விழுகிறது..
பதட்டத்தில்
அவன்..
சரி செய்கிறேன்..
இமைகளை தோள் மீது..
****

குளிரை கட்டியணைத்துக் கொள்கிறது கம்பளிகள் ..
இரவின் ஏக்கம்
நீள்கிறது..
****

அமைதி
அடைகாக்கப்படுகிறது..
மெல்ல நுழைகிறது..

ஆப்பாயில்..
****

தொட்டுத் தொட்டுத் பேசும்
நட்புக்குள்
சண்டைகள் வருவதில்லை..
கணிப்பொறி கண்ணடிக்கிறது..
விரல் வெட்கப்படுகிறது..
****

காமம் தள்ளுகிறது காதலை கட்டிலை நோக்கி
காதல் கற்பழிக்கப் படுகிறது
காமம் தற்கொலை செய்கிறது ..
****

துப்பாட்டா அணியாத தூக்கங்கள்
மறைப்பாய் தூறல் போடுகிறது
ஏக்கம்
****

சற்றே நீண்ட அழகான கூந்தல்
ஏக்கமாய் பார்க்கிறது
பூமி ..
****

நீ யாரை வேண்டுமானாலும்
கட்டிக்கொள்
என்னை மட்டுமே
காதலி என்கிறது
இப்போதும்
ஒருதலைக் காதல்...
நீ யாரை வேண்டுமானாலும்
காதலி
என்னை மட்டுமே
கட்டிக்கொள் என்கிறது
என் தெய்வீக காதல்..

நீ யாரையும்
கட்டிக்கொள்ளாதே..என
எச்சரிக்கிறது
உண்மையான காதல்..
..இயலிசம்..
அவனுக்காய் காத்திருக்கிறது
வைக்கோலும் புண்ணாக்கும்
என்னை எருமை
என்றான்
அவன்...
****

தோரணங்களை கட்டிக்கொண்டு
அழகுபடுத்திக் கொண்டது
வீதி..
அய்யனார் ஊர்வலம்
வருவாராம்....
****

மடித்து வைக்கப்பட்ட
பழைய புடவைக்குள்
அவன் நினைவு.. முதல்முறை
தாவணியாய் இன்னும்
இருக்கிறது..
****

பழைய புகைப்படத்தில்
அவன்
சிரித்துக்கொண்டு இருக்கிறான்..
நான்
சிரிக்க மறந்து இரசிக்கிறேன்..
புகைப்படம் என்
புத்திக்குள்..
****

நேற்றிரவு
பாலாடை விலக்கி
பாகங்கள் நனைய
மீசைமுடி குத்த
பாலைக்குடித்தது..என்
செல்ல திருட்டுப்பூனை..
சுவற்றில் பெண்பல்லி மட்டுமே
அழுதுகொண்டிருந்தது..அவனுக்காக...
****

கம்பி வேலிக்குள்
நுழைந்து வருகிறது
காற்று..
மூச்சுக்காற்று
நம்பிக்கை தருகிறது..
****

ஒவ்வொரு நொடியும்
பிரசவத்தில்
இறந்து போகிறது.
மணித்துளி குழந்தையாய் பிறக்கிறது..
ஒவ்வொரு நாளும்
பிரசவிக்க துன்பப்படுகிறது..
வாழ்க்கை நமக்கு அம்மாவைக் தருகிறது...பல நேரம்
வாழ்க்கை நமக்கு
அம்மாவாகிறது...
..இயலிசம்...
என்ன வேண்டுதலோ..
ஒவ்வொரு வருடமும்
மொட்டையடித்துக் கொள்கிறது..
அந்த
சாலையோர மரம்..
எதையோ கிறுக்கிப்போகிறது..

அவள் விழி..
எதையோ புரிந்து கொள்ள
பின்னால் போகிறது..
என் வழி...
****

என்னைக் கடந்து போகிறாள்
அவள்..
எதையோ திருடிப்போனதாக
குற்றம் சாட்டுகிறது
விழி..
****

ஒரு கட்டிப்பிடி வைத்தியம்
செய்தான்..
அவன்
நான் வைத்தியசாலையானேன்..
ஒருமுறை கட்டிப்பிடித்து
வைத்தியம் செய்தான்..
அவன்..
நான் வைத்தியசாலை
தேடிப் போனேன்...
****

ஆண்பாலும் பெண்பாலும்
பெரும்பாலும்
ஆவின் பாலோடு தான்
பாலுணர்வு பாராட்டுகிறார்கள்....
அஃறிணை ஆ அங்கே
அம்மாவாகிறது..
..இயலிசம்..
இராதைகள் இப்போதும்
இரவுகளில் அழைக்கிறார்கள்..
பாவம்..

காசில்லாமல் கண்ணன்

இன்னும் புல்லாங்குழலைத்தான்

ஊதிக் கொண்டிருக்கிறான்..

உயிர் தீரும்வரை

உயில்

எழுதிவிட்டு

இறுதியாய்

முற்றுப்புள்ளி வைக்கிறது..

இதழோரமாய்

என்..பேனா..

அவன் வாசிக்க... நான் வசிக்க..

முறைத்துப் பார்க்கும்

கவிதைகளை

முடிச்சவிழ்த்து படித்துப் பார்க்கும்

ஆவலில் தான்

புதிய புடவைகள் தேடுகிறது

அவனை புடவைக்கடையில்

தேர்ந்தெடுக்க.... ..
****

விளக்கமாய் சிலகணம்

விரகப்டுகிறது..

மனம்

என் பாதச்சுவட்டோரம்...அவன் காலடி....
****

செப்புச்சிலை அற்புதங்கள்

விரல்களுக்கு உரிமையல்ல..

அவை

விழிகளுக்கு மட்டுமே என

உளி கொண்டு செதுக்கினான்

பிரம்மன்...

என் கண்ணோரம்...அவள் சிலையாய்..

****

முடிந்தவரை போராடித்தான்
பார்க்கிறது
மூச்சுக்காற்று அவளைத் தொட...
முகமூடி அணிந்து கொள்கிறது
என் காதல் பதட்டத்தில்..
****

நேற்றும்
இன்றும்
நாளையும்.. நிழற்படம்
உண்மையில் தான்..சிரித்தது..
ஒருநாள்..
..இயலிசம்..
பூக்களின் காம்பில் பால்
சுரக்கிறது..
குழந்தையாய் நிலம்
அதிலும் பசியாறுகிறது..
பசி ருசியறியாது..
....
தலையை சொறிகிறது
வானம்..
கூந்தல் கலைக்கிறாள்
அவள்..சில விண்மீன்கள்
விழுகின்றன..
****

பூச்சிகளும் புழுக்களும் சாப்பிடவும்
சில பழங்களை
படைக்கிறது
மரம்...
மனிதனுக்கு வயிற்றெரிச்சல்
மரம்

தவறு செய்கிறதாம்..

....

அழும் வானத்தை இரசிக்கிறாள்
தேவதை..
கண்ணீரை குடையால்
மறைக்கிறாள்..கடக்கிறாள்
என் காதல் பிழை..அவள்
காலடியில் சேர்கிறது...

....

நீ துவட்டிய
துண்டுக்குள்
குட்டித்தூக்கம் போடுகிறது..
என் குளியலறை கனவு..
****

வரிக்கு வரி
எச்சிலைத்தொட்டு எழுதுகிறது
நாக்கு..
எதிரில் காகிதமாய்
அவன்...
****

அத்தனை புகைப்படங்களிலும்
இறுதியாக மனசு
சிறைபடுவது..
நம் பள்ளிப்பருவ இறுதிநாள் புகைப்படத்தில்
காணும்
அவன் (ள்) முகத்தில்..
****

இலாப நட்ட
கணக்கு பார்க்காமல்
அனைத்தையும் காதலிக்கிறது..
என் பேனா..அதை நான்

உண்மை என் பேனா...
****

இப்போது
கோபத்தில் பேசுவது
குறட்டைச்சத்தம் மட்டுமே..
குப்புறப் படுத்துக் கொண்டு
தூங்குகிறது..
ஆணின் கோபம்..
அவளோ விட்டத்தை முறைத்துப் பார்க்கிறாள்..
****

வயிறு பசிக்கிறது..
அம்மா அழுகிறாள்..
பிள்ளையின் கண்ணோரம்
காய்ந்த துளிகள்...
****

பறவைக்கூட்டம்
வானத்தை....
தூக்கிக்கொண்டு பறக்கிறது
கற்பனை...
****

ஒவ்வொரு தவறையும்
திருத்திக் கொண்டே
வருகிறோம்..
இறுதிப்பிழையை
வாழ்க்கை
நிர்ணயிக்கிறது..
****

காற்றை மேகம் துரத்திக்கொண்டு
ஓடுகிறது..
வானம்
அம்மணமாகிறது..

கண்ணன் இருளாக வருகிறான்..
நம்பிக்கை கொடுக்க
அந்த நேரம்..அந்திநேரம்
****

சாலையில்
வேகத்தில் வாகனங்கள்
எச்சரிக்கிறது..
காலம்
உன் வாழ்க்கை..உன் கையில்..
****

சாப்பாட்டோடு
இலையில் வழிந்து
ஒழுகுகிறது...பயம்..
பணப்பையில் ஓட்டை...
****

விரைவில்
புதியபட அறிவிப்பு
பிரசுரங்கள்
பசியில் கத்துகின்றன..அந்த
சுவற்றின் ஓரம்
வருகிறது
கழுதை****************************
****

நேரம் கடந்து
கொண்டிருக்கிறது..
நான்
நிகழ்காலத்தை
தேடிக்கொண்டிருக்கிறேன்..
....
விழி திறந்திருக்கிறது..
நான்

காட்சிகளைத் தேடுகிறேன்..
****
பார்வைகள் விரிகிறது..
நான்
பாதையைத் தொலைக்கிறேன்..
...
எழுத்து அழுகிறது..
நான்
பசித்திருக்கிறேன்..
நான் செத்துப் போனால் அதற்கு நீ தான் காரணம் என்று
யாரையும்
குறை சொல்ல முடியாதவை தான்..
காலமும்..சூழ்நிலையும்...
பயணத்தில்...
.....
ஒவ்வொரு முறையும்
ஒவ்வொரு வருடமும்
ஏதோ ஒன்றை
எதிர்பார்த்து
ஏமாறுகிறது..
இந்த நாள்..
நாட்காட்டியில் அவள் முகம்....
....
நான் நிசம் இப்படித்தான் இருப்பேன் என புரியவைக்க போராடுகிறது
வாழ்க்கை..
தோற்றுப்போகிறோம் நாம்...
....
அழகு அகத்தில் ஆராய்தல் நன்று..அஃதிலார் புறமுதுகு புண்ணாகும்..
....
அவரவர் ஆராய்ச்சி முடிவுகள்
அறிந்து..அவியலோ துவையலோ துணையிடமுண்டு

....

அப்பொருள் யார் கேட்பினும் இப்பொருள் இங்கிருந்தே இறுதியில் இனிக்கும்..

...

கூடுமான வரை கூடாமல் கெடுப்பதே யாமறிந்த முகநூல் காதல்..

..

பசை தேடிப்போவோ ரெல்லாம் இடையில் இறந்தவ ராவார் இலக்கு**************************

யாருமற்ற
தெருவில்
நடந்து செல்கிறது..
நம் நினைவுகள்.

...

காம்பில்
பால் மட்டுமே
சுரக்கிறது
அரளிச்செடிக்கு...
வழிகிறது வலி...

...

நான் அடிமையில்லை
என்று தான்
கதறின..
சங்கிலிகள்
பூட்டப்பட்ட போதும்..

....

குளம்
குளிக்கிறது..
அடைமழையில்..
சோப்பை காணவில்லை...
தவளைகள் தவிப்பு...

....
இப்படியே
எழுதி வைத்துவிட்டு
பைத்தியம் என
சிரிக்கிறது..
என் நேரம்..
பல
காதல் கடிதங்களை
சுமந்துகொண்டு
நடக்கிறது.. வாழ்க்கை...
பல முகவரியில்லா
கடிதங்கள்..
அவன் விரலில்...
****

படித்தவுடன் கிழித்து விடவும் சில கடிதங்கள்
காகிதமாக
இருக்கக்கூடும்..
....
பலருக்கு
நாக்கு வாழ்கிறது..
இருதயம்
செத்துப் போகிறது..
அடக்கம் செய்ய
மயானம் முன்வருவதில்லை.
....
கொரோனாவோடு
வாழப் பழகிவிட்டேன்..
ஆனால்
காதல் தான்
இன்னும் வந்தபாடில்லை..
அந்த அழகான

செவிலியருக்கு..
****

யாரும் வாங்கவில்லை
என்று
எனது
கற்பனைகள் மட்டுமே
அழுவதில்லை..
விரல்களும் தான்.. சுமக்கிறது...
விமர்சனங்களுக்குள் ஓடி ஒளிந்து கொள்கிறேன்..
விரகத்தில் விரல்கள்..
...
விதியை நொந்து கொண்டு
காத்திருந்தது
சேலை..
அதிகாலையில்
என்னை அணைக்க..
****

கன்னத்தைக் கடித்து
சிவப்பாக்குகிறது
அவன்
வாங்கித் தந்த
உதட்டுச் சாயம்..
****

இரவு
இப்போதும்
உறங்குகிறது
போர்வைக்குள்
இருட்டு..
...
நேரம்
மூக்கைத் துளைக்கிறது..

சமையற்கட்டிலிருக்கிறார்கள்
பசியும் வாசனையும்..
...
ஆசையில்
நாக்கை கடித்துவிட்டு
அவதிப்படுகிறது..
வயிற்றுக்குள்
மிளகாய் பஜ்ஜி..
****

காலம்
பலரது வாழ்க்கையை
கற்பழிக்கிறது..
இன்னும்
திருமணங்கள் தான்
தீர்ப்பாக வழங்கப்படுகிறது..
சொர்க்கத்தில்....
****

குப்பை மேடுகளில்
காகிதம்..
இன்னும்
கருக்கலைப்பு செய்தவர்கள்
கைது செய்யப்படுவதில்லை.
வழக்கு விசாரணையில்
மரங்கள்...
****

நேற்று இறந்தவர்
இப்போதும்
வாழ்கிறார்..
நாளை இறப்பவர்
எப்போதோ
அடக்கம் செய்யப்பட்டார்..

மயானமும் மனமும்
புதைகுழி மட்டுமே அல்ல...
புதையல்கள் மட்டுமே கிடைப்பதற்கு..
****

ஒவ்வொரு தேர்தலிலும்
சின்னங்கள் வெற்றி பெறுகின்றன..
தேர்தல்
அவமானச் சின்னமாகிறது..
ஒவ்வொரு தேர்தலிலும்
நோட்டா
ஓட்டு வாங்குகிறது..
அது நோட்டு
வாங்குவதில்லை...
****

காலம் குறிவைத்து
எரிகிறது..மனங்களை நோக்கி
ஒரே கல்லில்
கடவுளும் மனிதனும் வீழ்ந்தார்கள்
காலடியில்....
****

தனித்து விடப்பட்ட
கட்டுமரம்
கரையைச் சேர்கிறது..
தன்னம்பிக்கை
கன்னம்மீது பேரலையயடிக்கிறது.
தமிழகம் கவிழ்கிறது..
****

சுட்டு சுவைக்கிறது
இலங்கை கடற்படை..
கருவாடாகிப் போனான்
கரையில் தமிழன்..

காயப்போட்டது அரசு..
தமிழக கருவாடு விற்பனைக்கு..
****

நான்
எதையோ எழுதுகிறேன்..
என்னை வாசிக்கிறது
உலகம்...
....
சட்டைப் பைக்குள்
பசி..
மனம்
தடவிப் பார்க்கின்றது..
சட்டைக்குப் பசி
மானம்
உண்ணப்படுகின்றது..
****

அவிழ்ந்தே விழுந்தாலும்
கோவணங்கள்
அவமானமில்லை..
அழகிப் போட்டியில்..
அவை தரணியை அழகாக்குகின்றன.
இன்னும் எங்கள்
அழகிப் போட்டிகள்
கழனியில் நடத்தப்படுகின்றன....
****

வாய்தா
வாங்கியது வாழ்க்கை
நீதிபதிக்கு மாரடைப்பு....
....
மெல்ல சாகிறது
இயந்திரங்கள்..

தற்கொலை செய்து கொண்டது
மின்சாரம்..
....
இதுவும்
கவிதை தான்
என்கிறது காற்று..
அவள் பாதச்சுவடுகளில்
உதிர்ந்த பூக்கள்..
****

முட்டாள் நத்தைகள்
வீட்டை தூக்கி சுமக்கிறது..
அறிவாளி மனிதன்
உடலை மட்டுமே
சுமக்கிறான்...
இலவசம் இறந்து போகிறது..
****

பதிப்பிக்கப்படாத புத்தகங்கள்
எழுதப்படாமலேயே
இருக்க வாய்ப்பில்லை..
எழுத்து பாதிப்பாகக்கூட
இருக்கலாம்...
வெற்று வயிறு
வேலைக்கு ஓடுகிறது..
அதிகாலை
பசியில் பணம்...
****

என் காதல் கவிதைகள்
எழுதப்படுவதில்லை..அவை
விழிகளால்
உணரப்படுகின்றன..
அவள் அட்டைப்படத்தில்...நான் தான்

புத்தகம்..

....

இன்னும் இன்னும்
எழுத வேண்டும் தான்..
தமிழ் தீரும் வரை
அவள் பெயரை கவிதையாக....
அவளை கவிதையாக்க..
..இயலிசம்..
இயலிசம்
www.eyalisam.com
175/116,Booth Street,
Gangapuram ,Kongampalayam
Chithode - 638102
Erode District
Cell:9715029258/7401742588